நடமாடும் நிழல்

(குறுங்கதைகள்)

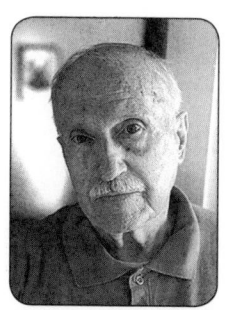

நடமாடும் நிழல்

குறுங்கதைகள்

என்ரிக் ஆண்டர்சன் இம்பெர்

தமிழில்: கே.கணேஷ்ராம்

நூல்வனம்

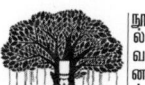

நடமாடும் நிழல்

குறுங்கதைகள்
என்ரிக் ஆண்டர்சன் இம்பெர்
தமிழில்: கே. கணேஷ்ராம்

Nadamadum Nizhal
Enrique Anderson Imbert

Flash Fiction
In Tamil: K. Ganeshram

Published by: **Noolvanam**, M22, Sixth Avenue
Alagapuri Nagar, Ramapuram
Chennai - 600 089. +91 91765 49991
Email: noolvanampublisher@gmail.com

ISBN: 978-81-9476-238-6

First Edition: January 2024
112 Pages,   Price Rs. 200

Designed & Printed by **Ramani Print Solution**

இது குறுங்கதைகளின் காலம்

1

"இது குறுங்கதைகளின் காலம்" என்று நாம் ஓர் இலக்கிய வகைமையை பற்றி சிந்திக்கும் காலம் வெகு தொலைவில் இல்லை எனும் துணிபுடன் இந்தச் சிறு அறிமுகக் குறிப்பை எழுதுகிறேன்.

இரு நூற்றாண்டுகளுக்கு முன்பு தோன்றிய சிறுகதை எனும் இலக்கிய வகைமையை விட குறுங்கதை எனும் வடிவத்திற்கு நெடிய பாரம்பரியம் இருக்கிறது. சமகாலத்தில் நாம் குறுங்கதை என்று அறியும் வடிவம் வெவ்வேறு வடிவங்களில் வெவ்வேறு காலகட்டங்களில் வெவ்வேறு சொல்முறைகளின் வார்ப்புகளில் பழங்காலம் தொட்டு புழங்கி வருகிறது.

பைபிள் கதைகள், நுண்மொழிகள், தத்துவ குறிப்புகள், பத்திகள் என்று தொடங்கி இன்றைய நுண்கதைகள், சின்னஞ்சிறு கதைகள், 'நானோ'

புனைவுகள், ஒரு நிமிடக் கதைகள், திடீர் கதைகள் வரையான குறுங்கதைகளின் பல்வேறு பரிமாணங்கள் ஒவ்வொரு காலகட்டத்திலும் புனைகதையாளர்களாலும் விமர்சகர்களாலும் வார்த்தெடுக்கப்பட்டிருக்கின்றன.

*19*ஆம் நூற்றாண்டின் முற்பகுதியில் ஐரோப்பாவில் குறிப்பாக பிரான்சில் தோன்றிய 'வசன கவிதை' (Prose Poem) நம் சுப்பிரமணிய பாரதியையும் ஈர்த்திருக்கிறது என்பது முக்கியமான விஷயம். சில விமர்சகர்கள் வசன கவிதையை கூட இன்றைய குறுங்கதைகளுக்கு மூதாதையாக கருதுகின்றனர்.

ஆலன் சீக்லர் எனும் அமெரிக்க இலக்கிய விமர்சகர் குறுங்கதைகளுக்கு ஆதாரமாக சுமார் நாற்பது நுண் வடிவங்களை ஒரே தளத்தில் இணைக்கிறார். இவை அனைத்தும் உலக இலக்கியங்களில் பரவலாக அறியப்பட்ட வகைமைகளாக உலா வருகின்றன.

மேலை தத்துவவாதிகள் ஆன பாஸ்கல், ஷ்லெகல், கீர்கொர்ட், ஷோபென்ஹார், நீட்ஸ்சே, விட்கன்ஸ்டைன், எமில் சியோரன் ஆகியோரின் மெய்யியல் விசாரங்கள் 'நுண்

மொழிகள்' (Aphorisms) என்று வரையறுக்கப் பட்டாலும் அவை, குறுங்கதைகளுக்கு மிக நெருக்கமான வடிவத்தில் எழுதப்பட்டவை ஆகும்.

நான் மொழிபெயர்த்த 'காப்காவின் நுண் மொழிகள்' புத்தகத்திற்கு எழுதிய முன்னுரை யில் திருக்குறளை இத்தகைய இலக்கிய வகைமை யோடு இணைத்துப் பார்க்க முயன்றிருக்கிறேன்.

குறுங்கதைகள், சிறுகதை என்னும் வகைமையின் ஒரு சிதைந்த / துண்டான, சேதாரமான, உப வகைமை அல்ல என்பதை நாம் மேற்கண்ட உதாரணங்களால் அறியலாம்.

'தமிழ் சிறுகதை பிறக்கிறது' என்று சி.சு. செல்லப்பா சிறுகதை எனும் புனைவு வடிவத்தில் பல்வேறு பரிமாணங்களை அலசி ஆராய்ந்ததை போல குறுங்கதைகளின் நுட்பங்களை நாம் ஆராயக் கடமைப்பட்டுள்ளோம்.

சிறுகதை எனும் புனைவு வடிவம் எவ்வாறு நாவலின் தயவின்றி தனித்து இயங்குகிறது என்பதை கவனித்தால் குறுங்கதைகளும் சிறுகதை எனும் வடிவத்தின் தயவின்றி தனித்து

இயங்கும் தன்மை உடையவை என்று நாம் அறிந்துகொள்ளலாம்.

ஏனெனில் சிறுகதையின் பல்வேறு வரையறை களையும் மீறி சுயேச்சையாக இயங்கும் இயல்புகளை சமகால குறுங்கதைகள் பெற்றிருக்கின்றன. குறுங்கதைகளையே தமது பிரதான படைப்பாக்கங்களாகப் பயிலும் குறுங்கதையாளர்கள் சமகால உலக இலக்கிய வெளியில் பெருகி வருகின்றனர்.

இருபதாம் நூற்றாண்டின் பிற்பகுதியில் சிறு சிறு கதைகள் (Very Short Stories) என்று இலக்கிய விமர்சகர்களால் அடையாளப்படுத்தப்பட்டு சமகாலத்தில் 'ஒரு வரி கதைகள்' அல்லது 'அரை பக்க கதைகள்' வரையிலான குறுங் கதைப் பரப்பின் நீட்சி உலகெங்கும் புனை கதையாளர்களால் மேற்கொள்ளப்படும் இலக்கிய வடிவம் சார்ந்த பரிசோதனைகளுக்கு சான்றாக விளங்கும்.

சிறுகதை, நவீனத்துவப் புனைவின் இன்றியமை யாத வகைமை என்றால் குறுங்கதை, பின் நவீனத்துவப் புனைவின் தவிர்க்க இயலாத ஒரு முகமாக விளங்குகிறது. அமெரிக்க இலக்கிய

விமர்சகர் இர்விங் ஹோவ் 1982 ஆம் ஆண்டில் குறுங்கதைகளுக்கான முதல் தொகுப்பை வெளியிடுகிறார். அத்தொகுப்பில் இரண்டு பக்கங்கள் முதல் பத்து பக்கங்கள் வரை நீளும் கதைகள் தேர்வு செய்யப்பட்டு இருக்கின்றன.

ஒரு தசாப்தம் கழிந்தபின் பின் ஜேம்ஸ் தாமஸ் 'ஃபிளாஷ் பிக்சன்' என்று குறுங் கதையை மறு வரையறை செய்து ஒரு முக்கியமான தொகுப்பை வெளியிடுகிறார். இத்தொகுப்பு குறுங்கதை எனும் இலக்கிய வகைமையின் புதிய அடையாளங்களை நமக்கு அறிமுகப்படுத்துகிறது.

இத்தொகுப்பின் வாயிலாக குறுங்கதையைப் பிரக்ஞா பூர்வமாக கையாளும் புனைவு எழுத்தாளர்களின் பரிசோதனைகளை நாம் அறிந்து கொள்ளலாம். 750 அல்லது 1000 வார்த்தைகளுக்குள் புனையப்பட்ட குறுங்கதைகளை இத்தொகுப்பில் வாசிக்கலாம்.

2

உலகின் தலைசிறந்த புனை கதையாளர்கள் என்று நாம் கருதும் எழுத்தாளர்களில்

பெரும்பாலானவர்கள் குறுங் கதைகளைப் புனைந்துள்ளனர். எட்கர் ஆலன் போ தொடங்கி காப்கா, ஹெமிங்வே, போர்ஹெஸ், கால்வினோ, பெக்கெட், பார்த்தல்மே வரையான பல எழுத்தாளர்களும் சமகால குறுங்கதைக்கு அணுக்கமான வடிவத்தை மிகக் கச்சிதமாக கையாண்டுள்ளனர்.

மார்க் போதோ என்னும் விமர்சகர் பதினாறாம் நூற்றாண்டில் வெளியிடப்பட்ட தாமஸ் ஓவர் பரியின் “கதாபாத்திரங்கள்” எனும் பிரதியை குறுங்கதை வகைமையின் மூதாதையாக அடையாளப்படுத்துகிறார்.

எட்கர் ஆலன் போ ஒரு சிறுகதையை ஒரே அமர்வில் வாசித்து முடித்துவிட இயலும் என்று வரையறை செய்கிறார். இது குறுங்கதைக்கும் பொருந்தும்.

நவீன யுகத்திற்கு ஏற்ற சொல்முறைகளையும் சொற்கட்டுகளையும் வரித்துக்கொண்டு ஒரு நிமிடத்தில் கூட வாசித்து முடிக்ககூடிய வடிவத்தில் சமகாலக் குறுங்கதைகள் புனைய படுகின்றன. ராபர்ட் வால்சர், காஃப்கா, அகஸ்தோ மொண்டிரசோ, டெனில் கார்ம்ஸ்,

என்ரிக் ஆண்டர்சன் இம்பெர் ஆகியோர் ஒரு வரி கதையிலிருந்து ஒரு பத்தி கதை வரை புனைந்துள்ளனர்.

சிறுகதைக்கே உரிய பாத்திர வார்ப்பு, கால வெளிப் பிரக்ஞை மற்றும் சம்பவங்களின் கோர்வை ஆகிய முக்கூற்று அமைப்பிலிருந்து விடுபட்ட சுயேச்சை புனை வடிவமாக குறுங் கதை விளங்குவதால் பின்நவீனத்துவ கதை சொல்முறைக்கு இது மிக அணுக்கமானதாக அறியப்படுகிறது.

ஒரு குறுங்கதையின் தொனி சிற்றிசைக் கோர்வை போலவோ ஒரு சிறு ஓவிய கீற்று போலவோ உணரப்படலாம். அது ஒரு ஹைக்கூவின் நிச்சலனக் கவித்துவத்தின் அதிர்வலைகளை எழுப்ப வல்லது. குறுங்கதைகள் வாசகப் பங்கேற்பை கோருபவை.

புனைகதையாளனுக்கு நாவலுக்குப் பிறகு அதீத சுதந்திரம் தரும் வடிவமாக குறுங்கதை விளங்குகிறது. அகுதாகவா தனது புகழ்பெற்ற “ஒரு மூடனின் நாட்குறிப்பு” எனும் கதையை 50 குறுங்கதைகளாக புனைந்து இருக்கிறார். அதே சமயம் நாட்சுமே சொசெகியின் “பத்து

இரவுகளின் கனவுகள்" தொகுப்பிலும் குறுங் கதையின் தொனியை வாசகர்களால் உணர முடியும். சுயசரிதைத் தன்மை உடைய அகுதாக வாவின் "ஒரு மூடனின் நாட்குறிப்பு" பத்திகளின் வடிவத்தில் (paragraphs) அமைந்திருக்கிறது. ஒவ்வொரு துண்டையும் தன்னிச்சையாக அர்த்தம் கொள்ள முடியும். அதே சமயத்தில் குறுங்கதைப் பத்திகள் ஒன்றோடு ஒன்று இயைந்து அர்த்தம் கொடுக்கும் தன்மை உடையவை. ஒரு மாபெரும் எழுத்துக் கலைஞன் தன் வாழ்வை குறுங்கதைகளாக எழுதிப் பார்த்திருக்கிறான். டொனால்ட் பார்த்தல்மேயின் சில சிறுகதைகள் தனித்தனி வாக்கியங்களாகவும் பத்திகளாகவும் குறுங் கதைத் துண்டுகளாக புனையப்பட்டவை.

நான் ஒரு வாசகனாக வாசிப்பதற்கும் மொழி பெயர்ப்பாளனாக மொழியாக்கத்தில் ஈடுபடு வதற்கும் வடிவம் / உத்தி சார்ந்த பரிசோதனை புனைவுகளை பெரும்பாலும் தேர்ந்தெடுப்பதால் குறுங்கதையை என் இலக்கியத் தேடலின் ஊடே சமகாலத்தோடு மிகவும் ஒன்றிப்போகும் வகைமையாக இனம் காண்கிறேன். பெருங்

கதையாடல் எனும் மாயை தகர்த்து புனைவை "மைக்ரோ" தெறிப்புகளாக உருமாற்றும் மாயத்தை குறுங்கதை சாத்தியமாக்குகிறது.

குறுங்கதைகள் பெரும்பாலும் மனித மைய கதையாடல்களைத் தவிர்த்து பின்மானுட விளிம்பு நிலை கதையாடலை நோக்கி நகரும் தன்மையுடையன.

3

என்ரிக் ஆண்டர்சன் இம்பெர் அர்ஜென்டைனாவின் ஒரு இன்றியமையாத கதை சொல்லி ஆவார். போர்ஹேஸ், கொர்தசார் ஆகியோரின் சமகால எழுத்தாளுமையான இம்பெர், மிச்சிகன் மற்றும் ஹார்வார்டு பல்கலைக்கழகங்களில் இலக்கிய பேராசிரியராக பல்லாண்டுகள் பணி புரிந்தார். மிகவும் புகழ்பெற்ற இலக்கிய விமர்சகராகவும் அறியப்படுகிறார்.

லத்தீன் அமெரிக்க இலக்கியத்திற்கு இலக்கிய கோட்பாடு மற்றும் இலக்கிய வரலாறு சார்ந்த படைப்புகளால் நிறைவான பங்களிப்பைச் செய்துள்ளார். இவர் படைப்பாளியை

விட படைப்பே பிரதானமானது என்று கொள்கையை உடையவர்.

“இம்பெர் நம் காலத்தின் மிக இன்றியமையாத புனைகதையாளர்” என்று ஜூலியோ கொர்த சாரால் பாரட்டப் பெற்றவர். அவருக்கு கிடைத்திருக்க வேண்டிய புகழ் வெளிச்சம் மிக தாமதமாகவே அவரை சென்றடைந்திருக்கிறது என்று விமர்சகர்கள் வருந்துவதுண்டு.

இம்பரின் “செஷைர் பூனை” மற்றும் “மாந்திரீக புத்தகம்” ஆகிய பிரதிகள் குறுங்கதைகளின் பெட்டகங்களாக விளங்குகின்றன. லத்தீன் அமெரிக்க இலக்கியத்திற்கே உரிய மாய எதார்த்தவாதம் இவரது பெரும்பாலான குறுங் கதைகளின் அடி நாதமாக இயங்குகிறது.

இம்பெரின் குறுங்கதைகள் இப்பிரபஞ்சத்தின் பல்வேறு ஸ்திதிகளை மிக நுட்பமான கருப் பொருள்களாக அவதானிக்கின்றன. காலம், மரணம், துயரம் போன்ற மனித வாழ்வின் அடிப்படை விசாரங்களை குறும் புனைவுத் தரிசனங்களாக தெறிக்க விடுகின்றன.

இவர் ஒரு ஓவியனைப் போல பல்வேறு கோணங்களில் இருந்து குறுங்கதைகளைக்

கோடுகளாகப் பரப்பி அங்கும் இங்கும் அலைய விட்டு விசித்திரச் சித்திரங்கள் ஆக்குகிறார். குறுங்கதைகளிலும் எதிர்பாராத திருப்பங்களை உருவாக்கி தர்க்கரீதியான நிலைப்பாடுகளை சிதற விடுகிறார். இவ்வுலகும் அவ்வுலகும் ஒன்றோடு ஒன்று முயங்கி ஊடாடும் காலவெளித் துகள்கள் இவரது குறுங்கதைகள்.

என் தகப்பனார் T.A.கிருஷ்ணன், தாயார் P.ராஜராஜேஸ்வரி மற்றும் என் மொழி பெயர்ப்பில் எப்போதும் எனக்கு ஊக்கம் கொடுத்து செயல்படும் என் துணைவியார் S.புவனேஸ்வரி மற்றும் குழந்தைகள் மதுர ஸ்ரீ, மிதுனா ஸ்ரீ ஆகியோருக்கு என் அன்பு.

கே.கணேஷ்ராம்

சுழல்

உறக்கம் படிந்த கண்களுடன் அதிகாலையில் வீடு திரும்பினேன். உள்ளே நுழைகையில் அனைத்தும் இருளில் மூழ்கி இருந்தன. உறங்குபவர்கள் விழித்துக்கொள்ளாமல் இருக்க அடி மேல் அடி வைத்து என் அறைக்கு இட்டுச் செல்லும் சுழல் படிக்கட்டுகளை நோக்கி நடந்தேன். முதல் படிக்கட்டில் கால் வைத்ததும் இது என் வீடுதானா அல்லது இதைப் போன்று வேறொரு வீட்டில் இருக்கிறேனா என்று ஐயமுற்றேன். படிக்கட்டுகளில் ஏறும்போது என்னைப் போன்று இன்னொரு இளைஞன் என் அறையில் உறங்கியவாறு நான் சுழல் படிக்கட்டுகளில் ஏறி அறைக்கு வருவதாக கனவு கண்டு கொண்டிருப்பானோ என்று அச்சமுற்றேன். கடைசிப் படியை அடைந்ததும் கதவைத் திறந்தேன். அறையினுள் நிலவொளியில் கண்களை அகல திறந்தவாறு அமர்ந்திருப்பது நானா அல்லது அவனா? நாங்கள் இருவரும் ஒரு

கணம் ஒருவரை ஒருவர் உற்று நோக்கினோம். இருவரும் புன்னகை புரிந்தோம்.

அவனுடைய புன்னகை என் உதடுகளின் புன்னகையைப் போலவே இருந்தது என்று உணர்ந்தேன். கண்ணாடியின் பிம்பங்களில் இரண்டில் ஒன்று போலியானது. "யார் யாரைக் கனவு காண்கிறார்கள்?" எங்களில் ஒருவர் ஆச்சரியத்தில் குரல் எழுப்பினோம், அல்லது இருவருமே ஒன்றாகக் குரல் எழுப்பினோம். அப்போது, சுழல் படிக்கட்டுகளில் காலடி ஓசை ஒலித்தது. அத்தருணத்தில் நாங்கள் இருவரும் ஒன்றாகச் சங்கமித்தோம். இருவரும் ஒன்றாக இணைந்து சுழல் படிக்கட்டுகளில் ஏறி வருகிறவனைக் கனவு கண்டோம். மீண்டும், அவன் நானே தான்.

புதிதாகப் பணியமர்த்தப்பட்டிருந்த பேராசிரியர் கோன், நூலகத்திற்கு அருகே உள்ள ஒரு வீட்டை வாடகைக்கு அமர்த்திக் கொண்டார். மறதிக்குப் பெயர் போன பேராசிரியர், தெருவில் எதிர்ப்படும் பொழுது மேகத்தில் தவழ்வதைப் போலவோ கனவில் மிதப்பதைப் போலவோ காணப்படுவார். எவரையும் கண்டும் காணாதது போல நடந்து செல்வார். ஒருமுறை புல முதல்வர் தெருவில் இவரைக் கண்டபோது மீண்டும் மீண்டும் வந்தனம் செய்தார். கோன், அவரைத் திடீரென்று சூனியத்திலிருந்து வெளிப்பட்டவரைப் போல பார்த்தார். பின் மிகத் தாழ்மையுடன் ஒரு தேவ தூதனிடம் பிரார்த்தனை செய்வதைப்போல மிகப்பணிவுடன் மன்னிப்பை கோரினார்.

"வீடு வசதியாக இருக்கிறதா?" என்று புல முதல்வர் பேராசிரியரிடம் வினவினார்.

"ஓ! ஆமாம். மிக்க நன்றி. பூந்தோட்டத்தை நோக்கிய ஜன்னல்களோடு வீடு மிக அருமை யாக இருக்கிறது. ஆனால் வீட்டில் தரை

இல்லை என்பது மட்டுமே ஒரே குறை. அறையினுள் தரை இன்றி நடப்பது மிகச் சிரமமாகத்தான் இருக்கிறது. ஆனால் வீடு எனக்கு மிகவும் பிடித்திருக்கிறது. மிக்க நன்றி" என்று பேராசிரியர் கோன் பதில் அளித்தார்.

ஆர்மாண்ட் நவம்பர் மாதம் முதல் நாளில், ஜூலை மாதத்தில் மரித்த லாராவின் கல்லறை யில் மலர்களைச் சமர்ப்பிக்க ஒரு பேருந்தில் பயணித்துக் கொண்டிருந்தான். அன்றாடம் நடைபெறும் விபத்துகளைப் போல அர்மாண்ட் பயணித்த பேருந்து, மற்றொரு பேருந்து மீது மோதி பயங்கர விபத்துக்குள்ளானது. பேருந்தில் இருந்து வெளிப்பட்ட அர்மாண்ட், அங்கு கூடியிருந்த கூட்டத்தில் ரத்தவாடையால் ஈர்க்கப்பட்ட லாரா திரிவதைக் கண்டான். அவளுடன் பேசுவதற்காக அவளை நெருங் கினான். ஆனால் நெருங்கி வரக்கூடாது என்று லாரா அவனிடம் சைகை செய்த பின் திடீ ரென்று அவ்விடத்திலிருந்து மறைந்து விட்டாள்.

"இது எவ்வாறு சாத்தியம்? இப்போதுதான் நான் என் அன்பிற்கு இனியவளை உயிரோடு பார்த்தேன்!" என்று அர்மாண்ட் வியப்புற்றான். ஆனால் அதே கணத்தில் தான் அவன் திடீரென்று ஓர் உண்மையை உணர்ந்தான்.

வாயிற் காப்போன்

குஸ்தாவ் ஓர் அவசர காரியமாக கோட்டைக்குச் செல்ல வேண்டும். ஆனால் வாயிற் காப்போன் அவனை வெளியே நிறுத்திய பின் காத்திருக்குமாறு ஆணையிட்டான். குஸ்தாவ் வாயிற் காப்போன் முன் அமர்ந்துகொண்டு தன் முறைக்காக காத்திருந்தான். அதே வேளையில் பலர் கோட்டைக்குள் அனுமதிக்கப்பட்டனர், சிலர் கோட்டையில் இருந்து வெளியேறிக் கொண்டிருந்தனர். அவர்கள் அனைவரும் வாயிற் காப்போனிடம் புன்னகையுடன் வாழ்த்து தெரிவித்தபடி சென்றனர்.

"என் முறை எப்போது வரும்?" என்று குஸ்தாவ் வினவினான்.

"உன் முறை இன்னும் வரவில்லை" என்றான் வாயிற் காப்போன்.

குஸ்தாவ் நாட்கள், வாரங்கள், மாதங்கள் என அங்கேயே காத்திருந்தான். ஒரு நாள் வாயிற் காப்போன் தனக்குப் பதிலாக வெளியே காத்திருப்பவனைச் சிறிது நேரம் வாயிற் காப்போன் ஆக பணியாற்றுமாறு வேண்டு கோள் விடுத்தான். விரைவில் அவன் தன் பணிக்குத் திரும்பினான்.

மீண்டும் ஒருநாள் வாயிற் காப்போன் காத்திருப் பவனைத் தனக்கு பதிலாகப் பணியாற்றுமாறு வேண்டுகோள் விடுத்தான். இம்முறை சென்ற வன் மீண்டும் திரும்பி வரவில்லை. குஸ்தாவ் அவனுக்காக நெடுங்காலம் காத்திருந்தான். நாட்கள், வாரங்கள், மாதங்கள் அவ்வாறே கழிந்தன. கோட்டைக்குள் சென்று திரும்பும் மக்கள் அவனுக்கு நெருக்கமாயினர். அவனைக் கண்டு புன்முறுவலுடன் வந்தனம் செய்தனர்.

குஸ்தாவ்வுக்கு தானே வாயிற் காப்போன் என்று தெரிந்து கொள்வதற்கு நெடுங்காலம் ஆயிற்று. ஆனால் இப்பொழுதும் கோட்டைக்குள் செல்ல அனுமதி உண்டா என்ற கேள்வி அவனை அச்சுறுத்தியது. ஏனென்றால் கோட்டைக்குள் அவனுக்கு ஓர் அவசர காரியம் இருந்தது.

தொன்மங்கள்

ஆர்கோஸால் வெட்டுண்ட ஹெர்மெஸின் சிரசு ஒரு மலை உச்சியில் இருந்து கீழே விழுந்தபொழுது ஹீராவின் தோட்டத்தில் உறங்கிக்கொண்டிருந்த ஒரு மயிலின் தோகை விசித்திரமான அதிர்வினால் சிலிர்த்துக் குலுங்கியது. அந்த மயில் கண்விழித்துப் பார்த்த பொழுது ஆர்கோஸின் அனைத்துக் கண்களும் மயில் தோகையின் மீது படிந்து ஆயிரம் விழிகளாய் விரிந்தன.

டானாசின் ஐம்பது புதல்விகளுக்கும் தொடக்கத்தில் தண்டனை மிகக் கடினமாகத் தான் தோன்றியது. ஏனெனில் உடைந்த ஜாடிகளில் தண்ணீர் கொண்டு வருமாறு அவர்கள் சபிக்கப்பட்டனர். சிலர் நீர் கசிந்து ஒழுகும் ஓட்டை ஜாடிகளுடன் ஆற்றை விட்டுச் சென்றனர். சிலரோ காலி ஜாடிகளுடன் ஆற்றை நோக்கி நடந்து கொண்டிருந்தனர். ஆகையால் ஆற்றுக்குச் செல்லும் பாதையில் சகோதரிகள் இரு சாரிகளாகப் பிரிந்து சென்றனர். இவ்வாறாக ஆரம்பத்தில் அவர்கள் மிகவும் வருந்தினர்.

விரைவிலேயே அவர்கள் அனைவருக்கும் பித்துப் பிடித்துவிட்டது. சகோதரிகள் பித்தேறி களிப்படைந்தனர். பைத்தியத்தின் உச்ச நிலையில் தாம் ஆறாக உருமாறிவிட்டோம் என்ற பரவசத்துடன் சகோதரிகள் அனைவரும் உற்சாகத்துடன் ஓடத் தொடங்கினர்.

✹

சிசிபஸ் ஒரு பெரிய பாறையை தன் கைகளால் மலை உச்சிக்கு உருட்டிக்கொண்டு போவதை பார்த்த யாரோ ஒருவர் அவனுக்காக அனுதாப பட்டார். மலை உச்சியிலிருந்து பாறை உருண் டோடி கீழே விழுந்த பின் மீண்டும் அவன் அதை உருட்டிக்கொண்டு மலை உச்சிக்குச் செல்கிறான்.

"பரிதாபத்திற்குரியவன்" என்கிறார் அந்த அனுதாபி அவனைப் பார்த்து.

"நான் அந்தப் பாறையுடன் விளையாடிக் கொண்டுதான் இருக்கிறேன்" என்று ஒரு விளையாட்டு வீரனின் வெற்றிப் புன்னகையுடன் சிசிபஸ் அவருக்கு பதில் அளித்தான்.

தன்னுடைய கேள்விக்குத் தவறான பதிலை அளித்தவருக்கு மட்டும்தான் ஸ்பின்க்ஸ் தண்டனை வழங்கியது.

"எனக்கு பதில் தெரியாது" என்று சொன்னவர் களை அது துன்புறுத்தாமல் பாதுகாப்புடன் தம் பயணத்தைத் தொடர அனுமதித்தது.

டயரி

படகை நங்கூரமிட்ட பின் நாங்கள் உறங்கி விட்டோம். நள்ளிரவில் ஒரு ரீங்கார ஒலி என்னை எழுப்பியது. படகின் அறை கடல் பச்சையால் நிரம்பி இருந்தது. படகு மூழ்கி விட்டிருந்தது. என் மனைவி இறந்து கிடந்தாள். அவள் உடல் எங்கும் பாசி படிந்திருந்தது. என் கைகள் பச்சை பூத்திருந்தன. நீரில் பச்சைநிறம் வியாபித்திருந்தது. அறையைச் சுற்றி பறக்கும் ஒரு மின்மினிப் பூச்சி அனைத்தையும் பச்சைமயம் ஆக்கிவிட்டிருந்தது.

சற்றே திறந்திருந்த கதவின் வாயிலாக நுழைந்து காற்று ஊளையிட்டுக் கொண்டிருந்தது. ஒரு பிச்சைக்காரனின் குரலைப் போல ஓலமிட்டது.

நான் போய் கதவை பலமாக அறைந்து சாற்றினேன். வெளியே இருந்து யாரோ ஒருவர் என்னை சபிக்கும் குரல் கேட்டது.

நான் செல்ல வேண்டிய இடத்திற்கு என்னைச் சேர்த்து விடும் என்ற நம்பிக்கையில் பாதையின் போக்கில் நடந்தேன். பாதை ஒரு காட்டை நோக்கிச் சென்றபோது சிறிது சந்தேகமுற்றேன். அது காட்டின் ஊடாக அங்கும் இங்கும் வளைந்து நெளிந்து நீண்டது. பாதையின் போக்கை இன்னும் நம்பினேன். ஆனால் இறுதியாக பாதை தொலைந்து போனது, அதனுடன் நானும் கூட; நாங்கள் இருவரும் மரங்களின் ஊடாகத் தொலைந்து போனோம். இரவு கவிந்தது.

வெளியேற வேண்டுமா? இல்லை. கூடவே கூடாது. ஒருவர் வீட்டை விட்டு வெளியேறு கிறார், ஆனால் தெருவில் நுழைகிறார். ஒருவர் நகரத்தை விட்டு வெளியேறுகிறார், ஆனால் கிராமத்தை அடைந்துவிடுகிறார். ஓர் அறையில் இருந்து வேறொரு அறைக்குள் நுழைவதை போன்றது தான் இது.

ஆனால் சில சமயங்களில் அறையின் கூரைகளில் பறவைகளோ அல்லது நட்சத் திரங்களோ காணப்படும். ஆனால் நான் எங்கெங்கு சென்றபோதும் அறைகளின் சில சுவர்களில் மாட்டியிருக்கும் கண்ணாடிகளைக் காண்கிறேன். அவற்றில் இருந்து நான் தப்பித்து வெளியேற இயலாது.

✷

திரிதல்

தன்னுடைய ஆராய்ச்சியின் விளைவாக நாம் இப்போது பார்க்கும் பிரபஞ்சத்தின் வடிவை உருவாக்கினார் டாக்டர் ஸ்டைன். பிறகு அவருக்கு என்ன ஆயிற்று என்று எனக்குத் தெரியாது. ஒருநாள் அவர் தன் வீட்டிற்குள் நுழைந்து கதவுகளை பூட்டிக் கொண்டார். ஒரு சில நண்பர்கள் மட்டுமே அவரைச் சந்தித்தனர். அவருக்குப் பைத்தியம் பிடித்துவிட்டது என்றார்கள். ஆனால் நான் அறிந்த வகையில் அவருக்கு பைத்தியம் பிடிக்கவில்லை.

அவரது கண்கள் திடீரென்று ஒரு தொலை நோக்கியைப் போல உருமாறி விட்டன. பிறகு ஒரு நுண்ணோக்கியைப் போல உருமாறின. அவர் எப்படி விரும்பினாரோ அவ்வாறு உலகைத் தரிசிக்க அவரால் முடிந்தது. வேறு வார்த்தைகளில் சொல்வதெனில் நாம் வசிக்கும்

இந்த உலகம் அவருக்கு ஒரு மாயக் காட்சியாக தோற்றமளித்தது. பருப்பொருட்களை உருவாக்கும் துகள்களின் இருப்பை அவர் சந்தேகித்தார். நாம் மெய்மை என்று அறிவது அவருக்கு எலக்ட்ரான்களின் மேகத் திரட்சியாக காட்சியளித்தது. துகள் வெளிக்கும் சூனியத்திற்கும் இடையே இடையறாது தோன்றி மறையும் காட்சிகளின் ஊடே எதையும் எத்தன்மையது என்று யாராலும் கணிக்க இயலாது. நட்சத்திர மண்டலங்களுக்கிடையே ஆன இடைவெளியும் அணுக்களுக்கு இடையே ஆன இடைவெளியும் ஒன்றுதான். நாம் இப்பொழுது அமர்ந்திருக்கும் நாற்காலி ஓர் உள்ளீடற்ற துவாரம்.

டாக்டர் ஸ்டைன் நாற்காலியின் மேல் அமர மாட்டார். அவ்வாறே அமர்ந்தாலும் சர்வ ஜாக்கிரதையாக தன் கைகளால் உடலுக்கு முட்டுக்கொடுத்தபடியே தான் அமர்வார். தரையைப் பார்த்தால் அவருக்கு தலை சுற்றும். விண்ணை முட்டும் கட்டடத்தின் உச்சியில் இருந்து கீழே பார்ப்பது போலத் தோன்றும். அப்போதெல்லாம் அவருக்கு சூனியத்தில் நீண்டிருக்கும் ஒரு குறுகிய இரும்பு உத்திரத்தின்

மேல் நடப்பதுபோலத் தோன்றும். அல்லது அதள பாதாளத்தின்ஊடே தொங்குவது போலவும் தோன்றும்.

பிறகு புறஉலகின் சூனியப் பிளவுகளில் விழுந்து விடாமல் இருப்பதற்காக பனிச்சறுக்குக் கட்டைகளின் உதவியோடு ஓர் அறையில் இருந்து மற்றொரு அறைக்கு நகர்வார். தன்னுடைய உடல் சிதைந்து விடாமல் இருப்ப தற்காக உடலைப் பொட்டலம் போல் பல அடுக்குகளாக துணியில் சுற்றிக் கட்டி இருப்பார்.

இறுதியாக டாக்டர் ஸ்டைனால் தன்னை கவனித்துக் கொள்ளும் செவிலியரையே அடையாளம் காண இயலவில்லை. அவர் கண்களுக்கு அந்த செவிலி கேசியோபியா எனும் நட்சத்திர மண்டலத்தின் நட்சத்திர துகள்களைப்போலத் துண்டு துண்டுகளாகப் புலப்பட்டாள்.

பித்தர்களின் தர்க்கம்

ராமிரோ தோட்டத்தை உற்று நோக்கினான். பல வருடங்களாக வரையப்பட்ட சித்திரங்கள் ஒரே கணத்தில் திரையில் தோன்றியதுபோல அவன் கண்முன்னே தாவரங்கள் விருட்சங்களாக உருமாறிக் கிளை பரப்பின.

அவன் தங்கி இருக்கும் ஆரோக்கிய ஸ்தலத்தையே திடீரென முற்றுகை இடுவதைப்போல அச்சுறுத்தின. மருத்துவர்களும் செவிலியர்களும் ஒரு திடீர் ஒளிக்கீற்றில் மறைந்து போயினர். ஒரு பறவை பறந்துபோன பின் அவன் காற்றின் அதிர்வுகளை மட்டுமே உணர்ந்தான்.

என் இடக்கையின் அதி அற்புத ஆற்றலை மறைப்பதற்கு என்ன செய்யவேண்டுமோ அனைத்தையும் செய்துவிட்டேன். என் இடக்கையால் பியானோ வாசிப்பேன். தட்டச்சு செய்வேன். சிறு காகிதப் பறவைகளைச் செய்வேன். பொம்மலாட்ட பொம்மைகளை இயக்குவேன் அல்லது மந்திர வித்தைகளைக் கூடச் செய்வேன்.

ஒரு கையை மற்றொரு கையுடன் இணைத்து அவைகளுக்கு இடையில் ஏதேனும் பிணைப்பு இருக்கிறதா என்று ஆராய்ந்தேன். இடக்கை, வலக்கையின் அறிவுறுத்தலின்படி செயல்படுகிறது.

என் இடக்கையில் எந்த மாற்றமும் தென்பட வில்லை. தோற்றத்தில் வித்தியாசமாக ஏதும் தென்படவில்லை. ஆனால் அது செயல்படும் போது தனக்கென்று ஒரு பிரக்ஞையுடன் செயல் படுகிறது. அந்தப் பிரக்ஞை ஒரு விசித்திரமான உயிரினுடையதைப் போல உணர்ந்தேன். அது எப்படியோ என்னுள் தன்னைப் புகுத்திக்

கொண்டது. இதுவரை நான் அமானுஷ்யமான எதையும் பார்க்கவில்லை. ஒருவேளை அமானுஷ்யம் என்பது என்னுள் ஒளிந்திருக்கும் பைசாசத்தினோடு தொடர்பு கொள்ள இயலாத நிலையாகக் கூட இருக்கலாம்.

ஓட்டுமொத்த பிரபஞ்சமுமே ஒரு முட்டைக்குள் ஒளிந்திருக்கிறது. அனைத்து மனிதர்களும் அதற்குள் அகப்பட்டுக் கொண்டிருக்கிறார்கள். நாம் அதன் ஓட்டை விட்டு வெளியேற இயலாமல் அதன் உள்ளே பிறந்து இறக்கிறோம். அதன் குழிவுச் சுவர்களில் நடக்கிறோம். வீடுகள், கோபுரங்கள், மரங்கள், மலைகளைப் போல நமது தலைகள் முட்டையின் உட்பரப்பில் ஒன்றிணைகின்றன. முட்டையின் கருவில் சூரியன் சுழல்கிறது. பாதி இருள் பாதி வெளிச்சம். அதன் சுழற்சியில் இரவு பகல்கள் தனியே பிரிகின்றன.

நாம் நடக்கும் தரையின் வாயிலாக பொருட்கள் புவியீர்ப்புக்கு ஆளாகாது. சூரியன் அவற்றைப் புறந்தள்ளுகிறது. நட்சத்திரங்கள் ஒளி ஊடுருவக் கூடிய முட்டையின் வெள்ளைத்திரையின் மீது சிதறிப் பரவுகின்றன.

இந்த முட்டையை இங்கே புகுத்தியது லிலித் என்பவள்தான். (சிரியர்களுக்கு அவள் ஒரு பெண் கடவுள். எபிரேயர்களுக்கு சாத்தான்.) அவள் முட்டையை இங்கே வைத்து விட்டு

மறைந்துவிட்டாள். ஆனால் முட்டை வெடித்துச் சிதறும்போது வேறொரு லிலித் உருவாகி அவளுடைய கருவில் மற்றொரு முட்டை உருவாகும். அதன் உள்ளிருந்து மற்றொரு லிலித் உருவாவாள். இவ்வாறு முடிவற்ற எண்ணிக்கையில்.

✹

சிறுநீர் கழிக்கும் இடத்திற்கு அவசரமாகச் செல்கையில் சுவர் தடுப்புகளில் எவரோ கிறுக்கி இருக்கும் வாசகங்களை அடிக்கடி அவன் வாசிப்பான். அவை அவன் கண்களுக்கு வரலாற்றுக்கு முந்தைய குகை ஓவியங்களாகவும் பழங்காலக் கோட்டை கோபுரங்களின் கல்வெட்டு எழுத்துக்களாகவும் சிறைச்சாலைச் சுவர்களின் கிறுக்கல்களாகவும் அல்லது கண்காணிப்புக் கோபுரங்களின் மீது பொறிக்கப்படும் அறிவிப்புகளாகவும் புலப்படும்.

இவ்வாறுதான் அவனுக்குள் எழுத்துப் பித்து கிளர்ந்து எழுந்ததோ? நாங்கள் அறிந்தவரை அவனுக்கு சீக்குப் பிடித்த பின் அவன் தங்கி இருந்த அறையின் சுவர்களுக்கு புதிதாக வர்ணம் பூசப்பட்டன. அவன் ஒரு கரித்துண்டை எடுத்து தன் எண்ணங்களை சுவர்களில் கிறுக்கத் துவங்கினான். பார்வைக்கு எட்டும் வரை நான்கு சுவர்களிலும் தன் எண்ணங்களை எழுதிக் குவித்தான்.

அவன் தலைக்குள் சொற்களின் கூட்டம் சுழலாகச் சுற்றி திரிந்தன. உடல்நிலை மேலும்

மோசம் அடைந்தபின் அவனால் படுக்கையை விட்டு எழுந்திருக்க இயலவில்லை. சொற்கள் அவனுக்குள் தாமாகச் சிந்திக்க துவங்கின. சொற்கள் கூர்உணர்வுடைய சிலந்திகளைப் போல ஊர்ந்தன; நுண்மொழிகளையும் தர்க்கங்களையும் வலைப்பின்னல்களாய் நெய்தன.

இறுதியில் அவன் அந்த அறையே தன் தலையாக உருமாறி இருப்பதை உணர்ந்தான். அதற்குள் அவன் ஒரு மங்கலான உருவம் மட்டுமே; சிறு குமிழியைப் போல; ஒரு சொல்லைக் கூட உருவாக்கத் திராணியற்றுப் போனான்.

அது ஒரு மேகங்கள் கவிந்த மந்தாரமான இரவு. ஆஸ்வால்ட் தன் குதிரையில் பயணித்துக் கொண்டிருந்தான். இருட்பரப்பு எங்கும் மரங்களும் சேறும் சகதிகளும் நிரம்பி இருந்தது. அவனது கண்களுக்கு பதிலாக செவிகள் உணர்த்தின. குதிரையின் குளம்படிகள் சேற்றுப் புதைகுழிகளில் புதைந்து எழுந்தன.

அவற்றையெல்லாம் கடந்தபின் அவன் குதிரையை விட்டு உடனே இறங்கவேண்டும். அதுவரை அவன் பொறுத்து இருக்கவேண்டும். அவனால் எதையும் காண இயலவில்லை. "ஒரு குருடனால் என்னைவிட நன்கு பார்க்க முடியும்" என்று அவன் நினைத்தான். "கண்களுக்கு வெளியே பார்ப்பதைவிட என் கண் இமைகளுக்குள் என்னால் நன்கு பார்க்க முடிகிறது"

அத்தருணத்தில் காற்றில் அசைந்து கொண்டிருந்த ஏதோ ஒன்று அவன் முகத்தில் மோதியது. குதிரையின் கடிவாளங்களை ஒரு கையால் இறுகப் பற்றியபடி மற்றொரு கையால் தன் குளிர்ந்த பாதங்களைத் தடவினான்.

ஆஸ்வால்ட் தன் கண் இமைகளை இறுக்க மூடிக்கொண்டு பாதையில் தனக்கு எதிரே தூக்கிலிடப்பட்டவன் புலப்படுகிறானா என்று உற்றுப் பார்த்தான்.

மரணம்

செய்வதற்கு ஒன்றுமில்லாமல், மரணம் அந்த நகரத்தின் ஊடாக பயணித்துக் கொண்டிருந்தது. கோபத்தில் எழுந்த குரல்களைக் கேட்டுத் திரும்பியது. தெருவின் மூலையில் இரு நண்பர்கள் மிக உக்கிரமாக வாக்குவாதம் செய்துகொண்டிருந்தனர்.

ஆர்வம் மேலிட மரணம் அவர்களுக்கு அருகில் சென்றது. அப்போதுதான் இரு நண்பர்களும் தமது குறுங்கத்தியை வெளியே உருவினர்.

அதிர்வுகளின் பிரபஞ்சம்

1720 ஆம் ஆண்டின் உறக்கமற்ற இரவு ஒன்றில் அம்மனிதனுக்குத் திடீரென்று உள்ளுணர்வு இவ்வாறு உணர்த்தியது: பிரபஞ்சம் ஒரே வேளையில் பெரிதாக விரிந்து கொண்டும் சிறிதாக சுருங்கிக் கொண்டும் தோன்ற அனைத்து பருப்பொருட்களும் ஒரே தருணத்தில் ஒரே வேகத்தில் பெரிதாகிக் கொண்டும் சிறிதாகிக் கொண்டும் தோற்றமளித்தன.

இவை அனைத்தும் சீரான காலகதியில் பரிபூரணமான லயத்தில் தொடர்ந்து இயங்கிக் கொண்டிருந்ததால் எவராலும் இந்த மாற்றங்களை கவனிக்க இயலவில்லை.

அவன் எழுத பயன்படுத்தும் பேனா பெரிதாக வளர்ந்து கொண்டும் அதே சமயத்தில் சிறிதாகச் சுருங்கிக் கொண்டும் தோற்றமளித்தது.

அவனைச் சுற்றி இருக்கும் பொருட்களைப் போல அவனும் வளர்ந்து கொண்டும் சுருங்கிக் கொண்டும் காணப்பட்டான். அனைத்தும் ஒன்றோடு ஒன்று இணைந்து முயங்கி இயங்கின.

பிறகு பிறிதொரு உள்ளுணர்வு அவனை ஆட் கொண்டது. தன்னை மறந்த பரவச நிலையில் இத்தொடர் இயக்கங்களின் கண்ணிகளிலிருந்து குதித்து விடுபட்டு பிரும்மாண்டமான பொருட்களுக்கு இடையே சில கணங்கள் ஒரு சித்திரக்குள்ளனாக உருமாறினான். பிறகு சுருங்கிப்போன பொருட்களின் உலகில் ஒரு பயங்கரமான அரக்கனைப் போன்று நீண்டு வளர்ந்தான்.

அவன் அறிவொளிக் காலத்தில் வாழ்ந்ததால் அனைவரும் அவனைப் பைத்தியம் என்று கேலி செய்வார்கள் என்று அஞ்சினான். ஆகையால் அனுபவங்களின் போர்வையில் "கலிவரின் பயணங்கள்" எனும் தலைப்பில் முதல் இரண்டு பாகங்களை உடனே எழுதினான்.

பனைமரம்

“நான் மிக இளம் வயதில் பிளாரன்ஸ் நகரில் போலந்தின் பிரபு குடும்பத்தைச் சேர்ந்த ஒரு கிழவனை மணம் செய்துகொண்டேன். கிழவன் மிக இளகிய மனம் உடையவன் ஆயினும் எங்கள் இருவருக்கும் இடையே எத்தகைய பிணைப்பும் இல்லை. சில வருடங்கள் கழித்து நாங்கள் கார்கசில் இடம் பெயர்ந்து வாழ்ந்து வந்தோம். பிறகு தான் நான் ஏராளமான புகழ் மொழிகளை கேட்கத் துவங்கினேன்: என் உடல்... என் முகம்... என் அழகு... ஆகியவை பற்றி.

லத்தீன் அமெரிக்காவில் ஆண்கள் பெண் களைக் கவர்ந்து வெற்றி கொள்வதை வழிபாட்டிற்குரிய ஒரு புனிதமான செயலாகக் கருதினர். ஆண்களுடைய சரசமொழி என்னைப் பெருமிதம் அடைய வைத்தது

உண்மைதான். ஒப்புக் கொள்கிறேன். ஆனால் நான்? என்னிடமிருந்து எவரும் தவறாகப் புரிந்து கொள்ளக்கூடிய எத்தகைய பார்வையும் புன்னகையும் வெளிப்படவில்லை. நான் ஒரு முறை கூட என் கணவனுக்குத் துரோகம் இழைத்ததில்லை.

நாங்கள் இனிமேல் தனித்தனி அறைகளில் படுத்து உறங்கலாம் என்று என் கணவன் கூறிய போதுகூட - அந்த பரிதாபத்திற்குரியவனால் வேறு எதுவும் செய்ய இயலவில்லை - காதல் சரசம் செய்யும் இடமாக என் படுக்கையறை இருந்ததில்லை.

என் படுக்கையறை ஒரு நூலகமாக மாறிவிட்டது. மூன்றாம் மாடியில் அமைந்திருந்த என் படுக்கை அறையின் படுக்கையின் மேல் ஏகாந்தமாய் படுத்தவாறு வாசித்துக்கொண்டே இருப்பேன். சில தருணங்களில் வாசிப்பதை நிறுத்திவிட்டு என் ஜன்னலுக்குக் கீழ் இருக்கும் தோட்டத்திலிருந்து பனைமர ஓலைகளைக் காற்று வருடிச் செல்லும் ஒலியைக் கூர்ந்து கேட்டுக்கொண்டே பொழுதைக் கழிப்பேன். வெப்ப மண்டலங்களுக்கேயான சூழலின்

துரித கதியில் பனைமரம் வளர்ந்து கொண்டே போயிற்று.

பிளாரன்ஸ் நகரில் இத்தகைய பெரிய ஓலைகளை உடைய பனைமரங்களை நான் எப்பொழுதும் கண்டதில்லை. வருடங்கள் கழிந்தன. பனைமரம் ஓங்கி வளர்ந்துகொண்டே போயிற்று. ஓர் இரவில் அது என் ஜன்னல்களை எட்டியவாறு உயர்ந்து தன் கிளைகளோடு பனை ஓலைகளை என்னை நோக்கி நீட்டியது.

பிரிதோர் இரவில் நாங்கள் இருவரும் உரையாடத் துவங்கினோம். நான் இன்னும் என் வாழ்க்கையை வாழத் துவங்கவே இல்லை என்று பனைமரம் குறைபட்டுக் கொண்டது. அது எனக்கு மிக நம்பகமான துணைவனாக மாறியது. அதனால் என்னுள் ஏதேதோ மாற்றங்கள் நிகழ்ந்தன. திடீரென்று என்னுள் வாழ வேண்டும் என்ற விழைவு விகசிக்கத் தொடங்கியது. இதுவரை நான் வாழ்ந்திடாத ஓர் அழகிய வாழ்க்கையை வாழ வேண்டும் என்று ஏங்கினேன். வாழ்தலின் மீதான தாகம் என்னை அலைக்கழித்தது.

ஒரு நாள் நான் இவ்வாறு முடிவெடுத்தேன்: பனைமரம் என் ஜன்னலுக்குள் முழுவதுமாக ஊடுருவும்போது நான் என் காதலனைத் தேர்வு செய்வேன்.

இவ்வாறு பிளாரன்ஸ் நகரைச் சேர்ந்த ஜினா எனும் இளம்பெண் என்னிடம் தன் கதையைக் கூறினாள். அப்பொழுது காற்று பனைமரத்தின் உச்சியில் இருந்து பாடிக்கொண்டிருந்தது. பனைமரம் படுக்கை அறைக்குள் முழுவதுமாக ஊடுருவி அதன் நடுவில் தன் கிளைகள் அனைத்தையும் பரப்பி இருந்தது.

✷

எழுத்தாளனும் அவனது மை புட்டியும்

ஒரு ஸ்படிக மை புட்டியில் ஏழு பூதங்கள் அடை பட்டுக் கிடந்தன. அந்த மையில் எழுதினால் தான் மாபெரும் புகழை அடைவது உறுதி என்பதை அந்த எழுத்தாளன் நன்கு அறிவான்.

ஆனாலும் அந்த மை புட்டியைத் திறந்தால் அதற்குள் அடைந்து கிடக்கும் அந்த ஏழு பூதங்களும் விடுபட்டு விடுதலை அடைந்து வெளியேறிவிடும் என்பதையும் அந்த எழுத்தாளன் நன்கு அறிவான்.

நடமாடும் நிழல்

நாங்கள் எங்களுக்குள் ஒரு வார்த்தை கூட பரிமாறிக் கொள்வதில்லை. ஆனால் சந்தர்ப்ப வசத்தால் பூங்காவில் நாங்கள் இருவரும் சந்தித்துக் கொள்ளும் தருணங்களில் என் நிழல் மிகுந்த மகிழ்ச்சி அடையும் என்பது எனக்குத் தெரியும். அத்தகைய மதியப் பொழுதுகளில் அது கருநிற உடை அணிந்து எப்பொழுதும் எனக்கு முன்பாக நடந்து செல்லும். நான் நடந்தால் அதுவும் நடக்கும். நான் நின்றால் அது நின்றுவிடும். நானும் அதைப் போலவே செய்யத் துவங்கினேன்.

அது தன்னுடைய கைகளை பின்னால் கட்டிக் கொள்ளும் பொழுது நானும் அவ்வாறு செய்வேன். சில சமயங்களில் அது தன் தலையை என்னை நோக்கித் திருப்பி மிகப் பரவசமாக தன் புன்னகையை அனைத்துத் திசைகளிலும் அற்புதமாகத் தெறிக்க விடும்.

நாங்கள் இருவரும் பூங்காவில் நடைபயிலும் போது அதை மிக அக்கறையோடு கவனித்துக் கொள்வேன், சலுகைகள் காட்டுவேன். அது அயற்சியுறும்போது நான் மிகப் பொறுமையாக நடப்பேன். அங்கும் இங்கும் எங்கெங்கும், அது எங்கே செல்ல விழைகிறதோ அங்கே நான் தொடர்ந்து நடப்பேன்.

பிறகு நான் சுட்டெரிக்கும் வெயிலில் என்னைக் குறுக்கி முறுக்கி நெளித்து மிகக் கடினமான தோரணையுடன் என்னை வருத்தி என் உடலை வளைத்தபடி என் நிழல் தனது ஆசனத்தில் மிக ஏகாந்தமாய் அமர்வதற்கு உதவி செய்வேன்.

காலம் (1)

அந்த பரிதாபத்திற்குரியவனுக்கு தான் நிகழ்த்திய கொடுமையை எண்ணி காலம் மிகவும் வருந்தியது. சுருக்கங்களால் மூடிய உடல், நரை முடி, பொக்கை வாய், கூன் முதுகு, முடக்கு வாதம். காலம் அவனுக்கு எப்படியாவது உதவிட விரும்பியது.

அவன் வீட்டில் இருந்த அனைத்து பொருட்களின் மீதும் காலம் ஒரு நிழலைப் போலப் படிந்தது. அப்பொருட்கள் இப்பொழுது காலம் கடந்த அரிய தொல்பொருட்களாக உருமாறிவிட்டன. அவற்றை மிக அதிக விலைக்கு விற்று அவன் தன் வாழ்வை மீட்டுக் கொண்டான்.

காலம் (2)

காலம் அனைத்து வீடுகளுக்குள்ளும் நுழையப் பழகியது. (அது உள்ளே நுழைகையில் ஒவ்வொரு கடிகாரமும் முரண் நகையுடன் காலத்தின் வரவை மணி அடித்து வரவேற்கும்) மனித குலத்தின் காலாதீதப் பிரக்ஞையுடன் காலம் மூழ்கியது.

மனிதகுலம் மறைந்த பின் காலம் பற்றிய பிரக்ஞையும் அதனுடன் மறைந்து போனதால் காலம் அழுக்கு படிந்த ஒரு ஆறாக ஓடத் துவங்கியது. மனித குலத்தின் அவலம் நிறைந்த விசித்திர நினைவுகள் காலம் எனும் அழுக்காற்றில் கலந்து ஓடியது.

பிறகு, இறுதியாக காலம், லேத் எனும் மறதியின் நதியோடு சங்கமித்து தன்னை இழந்து மறைந்து போனது.

அவன் தன்னுடைய சட்டைப் பையில் ஒரு கடிதத்தைக் கண்டான். இதற்கு முன் அவன் அதைப் பார்க்கவே இல்லை. அக்கடிதம் அவனுக்காக எழுதப்பட்டது அல்ல.

அவனைக் கடந்து சென்ற எவரோ அவனை ஒரு தபால் பெட்டி என்று எண்ணிக் குழம்பி விட்டார் போலும். அல்லது மெய்யாகவே அவன் ஒரு தபால் பெட்டி தானோ?

பிற மறதி நோயாளிகள் தம்முடைய பெயரை, தொழிலை, ஏன் தம்முடைய குடும்பத்தினரையே மறந்து விடுவார்கள். சாமுவேல் தான் ஒரு மனிதன் ஆதலால் தன்னால் பறக்க இயலாது என்பதை மறந்துவிட்டான்.

அவன் ஒரு அத்திப்பழத்தைப் பறிக்க உயரே எம்பினான். தொடர்ந்து காற்று வெளியூடே உயரே பறக்கத் துவங்கினான். பிறகு ஒரு மேகத்தின் ஊடே மறைந்து காணாமல் போனான்.

✸

ஆர்கோஸ்

ஆதி தெய்வமான ஜீயஸ் தன் கதையை விவரித்துக் கொண்டிருந்தபோது அனைத்து தெய்வங்களும் அவனைக் கண்ணிமைக்காது கவனித்துக் கொண்டிருந்தனர். கவனத்துடன் அவன் சொல்வது அனைத்தையும் கேட்டுக் கொண்டிருந்தனர்.

ஆயிரம் கண்களைத் தன் கதை சொல்லும் ஆற்றலால் கட்டி போட்ட ஜீயஸைக் கண்டு ஹெர்மெஸ் பொறாமையுற்றான். ஆர்கோஸ் தன்னுடைய வசிப்பிடத்திற்கு அவனை வரவேற்றபொழுது மகிழ்வடைந்தான் ஹெர்மெஸ்.

அந்திப் பொழுதில் ஒரு புல்வெளியில் ஆர்கோஸுக்கு முன்பாக ஹெர்மெஸ் அமர்ந்திருந்தான். ஆர்கோஸின் மாபெரும் தலையில் நூறு கண்கள் அகல விரிந்து இருந்தன. தனக்கு முன்பாக எண்ணற்ற பார்வையாளர்கள்

அமர்ந்திருக்கிறார்கள் என்று நம்பி ஹெர்மெஸ் ஒரு கதையை ஆர்வத்துடன் விவரிக்கத் துவங்கினான்.

ஆனால் ஹெர்மெஸ், ஜீயஸ்க்கு நிகரான கதைசொல்லி அல்ல. பெருங்கதையாடல் நிகழ்கையில் ஆர்கோஸின் ஒவ்வொரு கண்ணும் களைப்படைந்து சோர்வினால் மூடிக்கொள்ளும் பொழுது தன் வாழ்வின் மிகக்கொடிய அவமானத்தை ஹெர்மெஸ் அனுபவித்தான்.

ஹெர்மெஸ் அடக்க இயலா ஆத்திரத்துடன் தான் இனி சொற்களை விட செயலில்தான் வீரத்தைக் காட்ட வேண்டும் என்று தீர்மானித் தான். தன் வாளினை உருவி ஆர்கோஸின் தலையைக் கொய்தான்.

பிறகு நட்சத்திரங்கள் அற்ற அந்தகார இருள் அந்தப் புல்வெளியை வியாபித்தது.

டோக்கியோ

கவிஞரான யுரிகாவா ஒரே இடத்தில் பதினெட்டு வருடங்களாக வசித்து வந்தார். பிரபஞ்சத்தின் எண்ணற்ற வசிப்பிடங்களில் தன்னுடைய வசிப்பிடம் மட்டும்தான் மெய்யானது என்று அவர் அறிந்திருந்தார்.

பிரபஞ்சத்தின் மாபெரும் நகரங்களில் ஒரு நகரின் எண்ணிக்கையற்ற மனிதர்களுள் தானும் ஒருவன் என்பதையும் அவர் அறிந்திருந்தார். தன்னுடைய பயந்த சுபாவத்தினால் தனது அடையாளமும் வசிப்பிடமும் தன்னை விட்டு போய்விடுமோ என்று அஞ்சி அவற்றை மிக உறுதியாக பற்றிக் கொண்டிருந்தார்.

ஓர் இரவில் அவர் வெளியே செல்ல வேண்டி இருந்தது. அப்பொழுது முழு நிலவு தோன்றியது. முழு நிலவின் ஒளியில் புலப்படாத

அனைத்தையும் தான் வெறுப்பதைப்போல நிலவின் ஒளியில் ஒளிரும் அனைத்து வஸ்துக்களையும் யுரிகாவா வெறுத்தார்.

சிறிது தூரம் நடந்து சென்ற பின் பெயரற்ற தெருக்களும் அவற்றுள் ஒளிந்திருக்கும் முடிவற்ற இருண்டவீடுகள் நிறைந்திருக்கும் புதிர்ப் பாதைகளில் யுரிகாவா தொலைந்து போனார். சிறிது நேரம் அலைந்து திரிந்தபின் எதேச்சையாக நான் தேடிக் கொண்டிருக்கும் சிறிய தெருவை அவர் கண்டடைந்தார்; நிலவொளியில் அது மஞ்சளாகத் தோன்றியது.

தெருவிற்குள் யுரிகாவா நுழைந்த அக்கணத்தில் நிலவொளியில் நனைந்த அத்தெருவே மறைந்து போனது.

நித்தியத்துவத்தை நோக்கி

தேவதூதன் அவன் தோளின் மேல் கை வைத்து கிளம்புவதற்கான நேரம் வந்துவிட்டது என்று சைகை செய்தான்.

தான் மரித்துவிட்டோம் என்று நினைவிற்கு ஆட்பட்டவாறு என்ரிக், தேவதூதனைப் பின்தொடர்ந்தான். தன்னுடைய அறையின் மரச்சாமான்களை கடைசி முறையாக பரிதாபமாக பார்த்தான்.

அப்போது ஜன்னல்களின் ஊடாக முற்றத்தில் பூத்துக் குலுங்கும் நீல மலர்களையும் கண்டான். “இப்போது நான் செல்லும் இடத்தில் நீல மலர்களைக் காண இயலுமா?” என்று தேவதூதனிடம் வினவினான்.

“அவை அங்கே இருக்காது” என்று தேவதூதன் தீர்மானமாக கூறிய பின் முற்றத்தில்

நிறைந்திருக்கும் நீல மலர்களைக் கண்டு மனம் இரங்கி என்ரிக்கிடம் இவ்வாறு கூறினான்.

"நல்லது. நீ அங்கிருந்தவாறே பூத்துக் குலுங்கும் நீல மலர்களை அவை இப் பூமியில் இருக்கும் வரை பார்த்துக்கொண்டிருக்கலாம்."

✷

வீழ்தல்

ஒரு புறாவைக் கொண்டு அதைப்போலவே பறப்பதற்காக (ஒருவேளை அதைக் கேலி செய்வதற்காக கூட இருக்கலாம்) அம்பு ரோசியோ மிக உயர்ந்த கட்டடத்தின் உச்சியில் ஏறி நின்றவாறே தன் கைகளைச் சிறகுகளைப் போல அசைத்தான்.

அதளப் பாதாளத்தை நோக்கிய உச்சிப் புள்ளியிலிருந்து அவன் இவ்வாறு செய்வதைக் கண்ட அவனது தோழி பயத்தில் அலறினாள். ஆச்சரியமும் அதிர்ச்சியும் அடைந்த அம்புரோசியோ நிலைகுலைந்து கீழே விழத் துவங்கினான்.

கீழே விழுந்து கொண்டிருக்கும்போது தான் மெய்யாகவே பறந்து கொண்டிருக்கிறோம் என்று கற்பனை செய்துகொண்டான். தலைமை

தேவதூதன் காபிரியேல் மற்றும் நட்சத்திர மண்டலமான ஓரியோன் விண்வெளியில் மிதந்து கொண்டிருப்பதைப்போல தன்னையும் கற்பனை செய்து கொண்டான் அவன். எப்படி இருந்தாலும் இதுவும் பறத்தல் போன்றதே!

வாழ்விலே ஒருமுறை அவனால் ஒரு புறாவைப் போல பறக்க முடிகிறது. "நான் கனமாக உணரவில்லை. மேலும் இந்த அனுபவம் மிகவும் நன்றாக உள்ளது" என்று தனக்குள் சொல்லிக் கொண்டான்.

காற்று அவனை லேசாக்கியது. ஆனால் அவன் மிக வேகமாக கீழ்நோக்கி விழுந்து கொண்டிருந்தான். தான் கருங்காரை நடை பாதையில் தலைக் குப்புற வீழ்ந்து சிதறி விடுவோமோ என்று அஞ்சினான்.

ஆனால் நேரம் செல்லச் செல்ல அவன் எதிலும் மோதிச் சிதறாமல் காலவெளியில் தொடர்ந்து வீழ்ந்துகொண்டே தான் இருந்தான்.

கைத்தட்டல்கள். சப்தங்கள். பாடல்கள். சிரிப்பலைகள்.

அந்தக் கொண்டாட்டத்தை மட்டும் அவனால் பார்க்க முடிந்தால் மிகவும் நன்றாக இருக்கும்! கிட்டாரின் இருட்டறைக்குள் மாட்டிக்கொண்ட கைதி தான் அவன்.

தன் விழிகளை அகல விரித்து பெரிய வட்ட வடிவத் துளையை எட்டிப் பார்த்தான். அப்போது மிகப் பிரம்மாண்டமான விரல்கள் ஒன்றுகூடி கித்தாரின் தந்திகளை மீட்டி இசைத்துக்கொண்டிருந்தன.

✹

அவன் தொடர்ந்து ஓடிக்கொண்டே இருந்தான். ஒரு புள்ளியில் நின்று திரும்பிப் பார்க்கையில் அங்கே பிரபஞ்சம் தெரிந்தது. ஆனால் அவனுக்குப் பின்புறத்தில் அது காணப்பட்டது. இனி பிரயோஜனம் இல்லை. அவனையே அறியாமல் இனி திரும்ப இயலாத புள்ளியை சென்றடைந்து விட்டான்.

பிரபஞ்சத்தின் திரும்ப இயலாத திருப்பத்தில் நிற்கிறான். இனி ஒருபோதும் பிரபஞ்சத்தைத் தனக்கு எதிரில் அவனால் தரிசிக்க இயலாது.

மேலும் தான் எங்கே செல்கிறோம் என்று அறியாமலேயே ஓடிக்கொண்டிருந்தான். இப்போது பிரபஞ்சத்தை அவன் வெகுதூரம் விட்டு விலகி, அது அவன் பின்னே ஒரு புள்ளியாகப் புலப்பட்டது.

எனது ஆத்திரத்தை அடக்கியவாறு ஆந்தையை நெருங்கினேன்.

"என்னை ஏன் உற்றுப் பார்க்கிறாய்?" என்றேன்.

ஆந்தை சிறிதும் அசையவில்லை. அது ஒரு சிறு பைன்மரக்கிளை மீது அமர்ந்திருந்தது. அதன் கண்கள் இரவைப்போல இருண்டிருந்தன.

"ஏன் என்னையே தொடர்ந்து பார்த்துக் கொண்டிருக்கிறாய்?" என்று மீண்டும் அதனிடம் வினவினேன்.

ஆந்தை பதிலற்று அவ்வாறே மௌனம் சாதித்தது. ஒருவேளை அது என்னைப் பார்க்கவில்லையோ? மேலும் என் குரல் அதற்கு கேட்கவில்லையோ? ஒருவேளை அது என்னைத்தான் உற்றுப் பார்த்துக் கொண்டிருக்கிறது என்பதை வெளிப்படுத்திக் கொள்ளவில்லையோ?

✻

அவன் ஒரு கணம் தயங்கினான். பிறகு தன் கைத்துப்பாக்கியை எடுத்துக்கொண்டு இவ்வாறு நினைத்தான்:

"என்ன வேண்டுமானாலும் நடக்கட்டும்! அனைத்தும் நடந்து முடிந்தபின் என்னை யாரும் தீர்ப்புகுள்ளாக்க இயலாது. மனிதன் சுதந்திரமானவன் என்றால் எனக்கு தற்கொலை செய்துகொள்ளும் உரிமை உண்டு. இல்லையேல், கடவுள் எனது தற்கொலைக்கு அனுமதி அளித்துவிட்டார் என்று அர்த்தம்."

வெட்டுக்கிளிகள் மேகக் கூட்டங்களாய் திரண்டு எழுந்தன. அவை கடந்து செல்வதைப் போல தோன்றினாலும் படை எடுத்து மீண்டும் மேகமாய் திரளுகின்றன. நாள் முழுவதும் தாவரங்களை உண்கின்றன.

அந்திப்பொழுதின் ஊதா புகை மண்டலத்திற்குள் புலப்படாது, தாவரங்களை நொறுக்கிப் புசித்துக்கொண்டிருக்கும் கோடிக்கணக்கான வெட்டுக்கிளிகளின் தாடைகள் ஏற்படுத்திய ஒலியலைகள் பெருமழைப் பொழிவாக இரைச்சலிட்டுக் கொண்டிருந்தன.

நான் மழையைப் பார்க்கவில்லை. அதை உணரவும் இல்லை. ஆனால் மழையைக் கேட்கிறேன். மழை என் புலன்களின் ஊடாக பயணித்து அவற்றின் மேல் எந்தத் தாக்கமும் செலுத்தவில்லை. ஆனால் அது என் செவிகளில் அறைந்து சாற்றும் பொழுது தன்னைக் கேட்கச் செய்கிறது.

மேலும் அது என் மேல் இடைவிடாது பொழிகிறது. மரங்களின் மேல் மோதுகிறது.

புற்களின் மேல் பாய்கிறது. மேகச்சிதறல்களின் சுரத் தெறிப்புகளாகி எங்கும் வியாபிக்கிறது.

ஆனால் இங்கே நான் இந்த வறண்ட பாலையின் நடுவில் வறட்சியுடன் இருக்கிறேன். சூனியமான வானத்தை வெறித்துப் பார்க்கிறேன். சிறு மழைத்துளி கூட அதனிலிருந்து விழவில்லை.

மரணம்

காரை ஓட்டிக் கொண்டிருந்த அந்தப் பெண் ஓட்டுநர் கருநிற உடை அணிந்து, கருங்கூந்தலுடன், கரிய விழிகளுடன் காணப் பட்டாள். மதியப் பொழுதின் ஒளியில் அவள் முகம் வெளிறிப்போய் ஒரு மின்னல் கீற்று அவளுக்குள் ஊடுருவியதைப்போல தோற்றமளித்தது.

சாலையோரத்தில் ஒரு இளம்பெண் சைகை புரிந்ததைக் கண்டு காரை நிறுத்தினாள்.

“என்னைக் காரில் ஏற்றிக்கொண்டு நகரத்தில் விட முடியுமா?” என்று அந்த இளம்பெண் காரை ஓட்டியவளிடம் வினவினாள்.

“உள்ளே வா” என்று அனுமதி அளித்த அந்தப் பெண் ஓட்டுனர் காரை முழு

வேகத்தில் மலைப்பகுதியின் சுற்றுப்பாதையில் செலுத்தினாள்.

"மிக்க நன்றி" என்று நட்பு தோய்ந்த முகத்துடன் பேசிய அந்த இளம் பெண் மேலும் தொடர்ந்தாள்.

"முன்பின் அறிமுகமற்றவர்களை காரில் ஏற்றுவதற்கு நீ அஞ்சவில்லையா? இது வனாந்திரம் அல்லவா?"

"இல்லை. எனக்கு அச்சமில்லை..."

"உன்னிடம் யாராவது திருடிவிட்டால்?"

"இல்லை, எனக்கு பயமில்லை"

"அவர்கள் ஒருவேளை உன்னைக் கொன்று விட்டால்?"

"இல்லை. எனக்கு அச்சமில்லை"

"ஓ! அச்சமில்லையா? நல்லது. நான் என்னை அறிமுகம் செய்துகொள்கிறேன்" என்று தொடர்ந்து பேசிய அந்த இளம் பெண்ணின் அகன்ற விழிகளில் ஒளியும் கற்பனையும் நிறைந்திருந்தன. அவள் தன் சிரிப்பைக்

கட்டுப்படுத்திக் கொண்டு கர்ண கொடூரமான பாசாங்குக் குரல் தொனிக்க "நான் தான் மரண தேவதை..." என்று அறிவித்தாள்.

காரை ஓட்டும் பெண் விசித்திரப் புன்னகை புரிந்தாள். அடுத்த வளைவில் கார் சாலையில் இருந்து விலகி வேறு திசையில் ஓடி நிலைகுலைந்தது. கற்குவியல்களின் நடுவில் கிடந்த இளம்பெண் இறந்துவிட்டாள்.

காரின் ஓட்டுனரான பெண், தனியே நடந்து சென்றுகொண்டிருந்தாள். அவள் ஒரு கள்ளிச்செடியின் அருகில் சென்றபொழுது முற்றிலுமாக மறைந்துவிட்டாள்.

தற்கொலை

திறந்து வைக்கப்பட்டிருந்த பைபிளுக்கு அடியில் - சிவப்பு மையால் கோடிட்டு இருந்த அந்தப் பக்கம் அவனைப் பற்றி அனைத்தையும் நமக்கு உணர்த்திவிடும் - அவன் கடிதங்களை மறைத்து வைத்தான். தன் மனைவிக்கு, நண்பர்களுக்கு, நீதிபதிக்கு எழுதிய கடிதங்கள் அவை. விஷத்தை அருந்தியபின் படுத்துவிட்டான்.

எதுவும் நடக்கவில்லை. ஒரு மணி நேரம் கழித்து எழுந்துவிட்டான். விஷப் புட்டியைப் பார்த்தான். ஆமாம், அது விஷமே தான்! மேலும் அதிக அளவு அருந்தினான். மீண்டும் படுத்துவிட்டான். ஒரு மணி நேரம் கழிந்தது. ஆனால் அவன் இறக்கவில்லை.

துப்பாக்கியை தன் நெற்றிப் பொட்டில் வைத்து விசையை அழுத்தினான். எத்தகைய

வேடிக்கை இது! எவரோ ஆனால் யார், எப்பொழுது? விஷத்திற்கு பதிலாக புட்டியில் நீரை ஊற்றி வைத்திருந்தனர். துப்பாக்கியின் தோட்டாக்களை எடுத்து எறிந்துவிட்டு வெற்றுத் துப்பாக்கியை வைத்திருக்கின்றனர். அவன் மீண்டும் நான்கு முறை விசையை அழுத்தினான். எதுவும் நடக்கவில்லை.

பைபிளை மூடி வைத்துவிட்டு கடிதங்களை எடுத்துக்கொண்டு அவசரமாக அறையிலிருந்து வெளியேறினான். அப்பொழுது விடுதியின் உரிமையாளர், ஊழியர்கள், அங்கே கூடியிருந்த அனைவரும் சற்றுமுன் கேட்ட துப்பாக்கிச் சத்தத்தைப் பற்றி அதிர்ச்சியுடன் விவாதித்துக் கொண்டிருந்தனர்.

அவன் வீடு திரும்பியதும், தன் மனைவி விஷம் அருந்தி இறந்து கிடந்ததைக் கண்டான். அவனுடைய ஐந்து பிள்ளைகளும் நெற்றி பொட்டில் துப்பாக்கித் தோட்டாக்கள் பதிந்த நிலையில் இறந்து கிடந்ததைக் கண்டான்.

சமையல் அறைக்குள்ளே சென்று ஒரு குறுங்கத்தியை எடுத்து தன் வயிற்றில் குத்திக் கொண்டான். கத்தி அவனுடைய

மென்மையான தசைக்குள் இறங்கி மீண்டும் வெளியே வந்தது. ஆற்றில் மீனைப் பிடித்த பின் மூடிக்கொள்ளும் நீர்க் கோடுகளை போல வயிற்றின் தசை தானே மூடிக்கொண்டது.

தன்னுடைய உடையில் மண்ணெண்ணையை ஊற்றிக் கொண்டான். பற்றவைக்கும் முன் அனைத்து தீக்குச்சிகளும் ஒன்றன்பின் ஒன்றாக அணைந்து போயின.

அவன் மொட்டை மாடியில் இருந்து கீழே குதிக்கத் துணியும்போது தெருவில் தம் வயிற்றில் கத்தியால் குத்தப்பட்டு அலறியோடும் ஆண்களையும் பெண்களையும் கண்டான். அந்த நகரமே அப்போது தீப்பிடித்து எரிந்து கொண்டிருந்தது.

✺

அனபெல்

மரித்துப்போன பின் அனபெல் தேவதைகளின் உலகிற்கு ஒவ்வொரு முறையும் பிரவேசித்தபோது அவளுடன் விளையாடக் குட்டித் தேவதைகள் ஓடோடி வந்தன. ஒரே ஒரு தேவதை மட்டும் அவளை மிரட்டிகொண்டே இருந்தது.

"நீ என்னைத் தொடவே முடியாது" என்றாள் அனபெல்.

அவ்வழியை கடந்து சென்ற ஒரு முதிய தேவதை அனபெல் கூறியதை ஆமோதித்தது. "நமது உலகில் அனபெல் ஒரு நிழலை போலத்தான் தோன்றுகிறாள். மேலும் நீ மரித்தவர்களின் உலகிற்குச் சென்றாலும் நம்மால் அவளைத் தொட இயலாது. ஏனென்றால் அங்கே நம்மைப் போன்ற தேவதைகள் நிழல் உருவமாகத்தான் தோன்றுவார்கள்."

"அப்படி என்றால் நாம் அனைவரும், அதாவது அனபெல் மற்றும் நாம் அனைவரும் மனிதர்களின் உலகிற்குச் சென்றுவிட்டால் அங்கு அனைவரும் சமமாகி விடுவோம். பிறகு நான் அவளைத் தொடலாம்" என்றது குட்டித் தேவதை.

"இல்லை, அங்கேயும் அது சாத்தியமில்லை. ஏனெனில் உயிருள்ளவர்களின் உலகில் நாம் இருப்பற்றவர்களே" என்று பதில் கூறியது முதிய தேவதை.

பிறகு அந்தக் குட்டித் தேவதை அனபெல்லுடன் மீண்டும் விளையாடத் துவங்கியது. சிறிய நீர்நிலையில் தோற்றம் தரும் பறவையின் நிழலைப் போல விளங்கிய அனபெல்லை அந்தத் தேவதையால் எப்பொழுதும் தொட்டுப் பார்க்கவே இயலவில்லை.

கப்பல்

கேப்டன் வால்டர் நீருக்குள் குதிப்பதற்குள் தன் உடைகளைக் களைந்தபின் அவன் நரம்புகளின் நுணுக்கமான வேலைப்பாட்டை ஒருவர் காண இயலும். கடலின் பல்வேறு பகுதிகளுக்குள் நுழைந்து அவன் வேலை செய்து கொண்டிருப்பான்.

அவன் மிக நுட்பமானதும் மென்மை யானதுமான செயலை மிகப் பொறுமையுடனும் சிரத்தையுடனும் செய்து கொண்டிருப்பான். பல வருடங்கள் இவ்வாறு கழிந்தன. முதலில் மக்கள் அவனைத் தன் வலியை நேசிக்கும் ஒரு மனிதனாகக் கற்பிதம் செய்து கொண்டனர்.

ஆனால் ஒரு கலைஞனின் ஆத்துமாவை உடைய ஒரு கடல் நாய் அவன். இறுதியாகத் தன் பணிகளை எல்லாம் ஒரு வழியாக முடித்த

பின் அவன் ஒரு ஒளிப்படத்தை எடுத்து மிகப் பெருமையுடன் அனைவரிடமும் காட்டினான்.

அவனுடைய உடலில் ஒரு மிக அழகான கப்பல் உருவாகித் தோற்றம் அளித்ததைக் கண்ட நாங்கள் அனைவரும் ஆச்சரியத்தில் உறைந்து போனோம்.

சமணம்

இப்போதுதான் கண்விழித்தேன். உறங்கும் போதே எனக்கு ஆஸ்பத்திரி அறை முழுவதும் துலக்கமாக மூக்குக் கண்ணாடியை அணிந்து கொண்டு பார்ப்பதுபோலத் தெரிந்தது. புனிதப் புத்தகத்தின்மீது ஒரு கரப்பான் பூச்சி அமர்ந்திருப்பதைக் காண்கிறேன். ஒரு குடுவையின் வாயிலிருந்து வரும் தேள் ஒன்று என்னையே உற்றுப்பார்க்கிறது. ஆரஞ்சு பழத்தொலிகளின் மீது சில எறும்புகள் நகர்கின்றன. சுவரின் குறுக்கே ஒரு பூரான் ஓடுகிறது. நிலவறையில் ஓர் அட்டை, சுவரின் உச்சியில் ஒரு புழு, உட்கூரையில் ஒரு சிலந்தி, காற்றில் விர்ரென்று பறக்கும் சிறு குளவி, மேலும் மண்புழுக்கள், வெட்டுக்கிளிகள் மற்றும் உண்ணிகள் ஆகியவற்றையும் காண கிறேன். பாவிகளின் ஆத்துமாக்களைப்

போல, ஏன் அவற்றை மிகக் கருணையோடு அணுக வேண்டும் என்று எனக்கு விளங்க வில்லை. நான் அதைப்பற்றி எதுவும் நினைப்பதில்லை. நான் மறுபிறவியில் ஒரு மூட்டைப் பூச்சியாகவோ அல்லது இன்னும் மோசமாக நரகத்தின் ஏழாவது பிரிவிலோ மாட்டிக் கொள்ளாமல் இருக்கக் கடவுள் காப்பாற்றுவராக! மவுண்ட் அபுவிலிருக்கும் இந்த ஆஸ்பத்திரியின் பாதுகாவலனாக சமணர்கள் என்னை நியமித்திருக்கிறார்கள். ஏன் என்று கேட்க எனக்கு அனுமதி இல்லை. நகத்தின் நுனியால் கவனமாக என் தலைமுடியிலிருக்கும் பேன் ஒன்றை அப்புறப் படுத்துகிறேன். ஒரு கங்காருவைப் போல அது என் தொடைகளின் மீது தாவுகிறது. நான் என் கண்களை மூடிக்கொண்டு மீண்டும் உறக்கத்தில் ஆழ்கிறேன்.

✺

ஹோமர்

பல தலைமுறைகளாக கிரேக்கர்கள் மறைந்து போன ஒரு நாகரிகத்தின் வீரயுகத்தைப் போற்றிப் பாடி வருகின்றனர். அவர்கள் தாம் கண்ட ட்ராய் மற்றும் மைசீனிய சிதிலங்கள் உண்மையானது என்று நம்பியதைப் போலவே அவற்றையும் உண்மையென்று எண்ணினர். ஹோமர் தான் எதைக் கேட்டாரோ அதை அப்படியே துதித்துப் போற்றிப் பாடினர். அங்கும் இங்குமாக நிலவி வந்த கட்டுக் கதைகளின் துண்டுகளை ஒன்றிணைக்கும் உத்தியை அவர் கண்டுபிடித்து தன் நாயகர்களை ஒரு நிரந்தர சாகசக் கதையின் தலைவர்களாக உருவாக்கினார். ஒரு தருணத்தில் கப்பல் ஒன்றை அவர் உருவாக்கினார். ஹோமரின் கற்பனையில் உருவானவற்றில் அது ஒன்றை மட்டுமே மெய்யுருக் கொண்டது. ஒரு

காலைப்பொழுதில் அத்தொன்மையான கப்பலை ஓர் இளம்பெண் கண்டாள். தான் கண்டதைப் பற்றி அவள் தெரிவித்தபோது எவரும் அவளை நம்பவில்லை. காலப்போக்கில் அவளும் அக்காட்சியை மறந்துபோனாள். ஆனால் கடல் எப்போதும் அக்கப்பலின் உருவை நினைவு கொண்டிருந்தது. ஆனால் நீரினால் ஆன நினைவுகளால் அக்கப்பல் மெய்யாகவே அதன் மீது பயணித்ததா அல்லது அது தான் கண்ட கனவுதானா என்று அனுமானிக்க இயலவில்லை.

மோதிரம்

அன்று வெள்ளிக்கிழமை. மீனவனின் வீட்டில் அவர்கள் மீனின் வயிற்றிலிருந்து ஒரு மோதிரத்தைக் கண்டெடுத்தார்கள். கடலின் அடியாழத்தில் மீன் அந்த மோதிரத்தை விழுங்கியிருக்கிறது. இளைய குமாரத்தி அந்த மோதிரத்தைத் தன் விரலில் அணிந்து கொண்டாள். பள்ளிக்கூடத்தில் அதைக்கண்டு அவளுடைய சின்னஞ்சிறு சிநேகிதிகள் அதிசயித்தார்கள். அது நீரலைகளால் ஆன ஒரு மோதிரம்.

☀

பின் தொடர்பவனுடன் ஓர் உரையாடல்

கண்ணாடிகளின் ஊடாக ராமோன் தன்னை யாரோ பின்னாலிருந்து உற்றுப்பார்ப்பதைக் கவனித்தான். மேலும் தனக்குப் பின்னே ஒரு சிறு உரசல், யாரோ மூச்சுவிடுவதையும் கேட்டான். திரும்பிப் பார்த்தால் யாருமில்லை. ஆனால் தன்னைப் பின்தொடர்பவனுடன் அப்போதிலிருந்து உரையாடத் துவங்கினான். இறுதியில் ஒரு நண்டைப் போலப் பக்கவாட்டில் நடக்க ஆரம்பித்தான். இவ்வாறுதான் அவன் நமக்குக் காட்சியளிக்கிறான். வலதுபக்கம் உடல் வளைந்து, சாய்த்த தலையுடன், அவன் வாய் ஒருபுறம் கோணியபடி விகாரமாக ஒழுகும் விரிந்த ஒற்றைக் கண்ணிலிருந்து நீலத் திரவத்துடன் தன்னை இடைவிடாது பின்தொடரும் புலப்படாத பைசாசத்துடன் எப்போதும் இடைவிடாது உரையாடிக் கொண்டிருக்கிறான்.

✴

உட்புறங்கள்

கட்டடவியலாளன் வீட்டைக் கட்டி முடித்தான். ஒவ்வொரு அங்குலமாக அவ்வீட்டை நிர்மாணித்தான். சன்னல்களையும் கதவுகளையும் சாற்றி அவைகளுக்கு ஓர் இரகசியக் காப்பிட்டான். வீட்டுச் சாவிகளை நடையில் வீசி எறிந்தபின் எப்போதைக்குமாய்க் காணாமல் போனான். அப்போதிலிருந்து இந்த விசித்திர வீட்டின் உட்புறங்கள் விநோத வாழ்வைத் தொடர்கின்றன.

ஒரு தலையைப் போன்ற தனித்த அந்தரங்க வாழ்வு. ஆனால், கிராமத்தவர்கள் அது ஓர் ஆளற்ற வீட்டைத் தவிர வேறொன்றுமில்லை என்றோ அல்லது ஒரு தலையை விடப் பெரிதான அகன்ற விளிம்புடைய தொப்பி ஒன்று நிலத்தின் மேல் கவிழ்ந்திருக்கிறது என்றோ எண்ணினார்கள்.

ஆனால், சிலர் மட்டும் அந்த வீட்டை எப்போதும் உன்னிப்பாகக் கவனித்து வந்தார்கள். ஒருநாள் யாரேனும் ஒருவர் அந்த வீட்டினுள் நுழையக்கூடும் என்று விசாரப்பட்டார்கள். அதைவிட யாரேனும் அந்த வீட்டிலிருந்து ஒரு நாள் வெளியேறக்கூடும் என்று ஐய முற்றனர். அந்த வீட்டைப்போலவே அங்கம் சிதைந்தவராகத்தான் இருக்கக்கூடும். பள்ளிக் கூடத்திலிருந்து வீடு திரும்பும் குழந்தைகள் அந்த வீட்டின் வாயிற்புறத்தில் கூட உரசாமல் மிகக்கவனமாக அதைத் தவிர்த்து சாலையின் மறுபக்கத்தை அடைவார்கள். எந்தப் பறவையும் அதன் கூரைமேல் அமர்வதில்லை. சிதிலமடைந்த கண்ணாடி தன் சுவர்களில் மாட்டியிருக்கும் ஒரு பித்துப்பிடித்த வீடு அது.

✹

நெருப்புக் கோழியின் சிறகுகளிலிருந்து தனக் கான சிறகுகளை உருவாக்கிக் கொண்டான். மணிக்கூண்டின் உச்சியில் ஏறிக் காற்று வெளியிடைக் குதித்தான். கால்கள் உடைந்த நிலையில் கீழே விழுந்து கிடந்தான். சிறகுகள் மிகக் கனமாயிருந்ததால் கீழே விழுந்துவிட்டதாக எல்லோரிடமும் கூறினான்.

"அடுத்தமுறை சிறகுகளின்றிப் பறப்பேன்" என்று அனைவரிடமும் அறிவித்தான்.

✹

அவன் தன் கொடிய எதிரியை நோக்கித் துப்பாக்கியால் சுட்டான். ஐந்து குண்டுகள். மீண்டும் விசையை அழுத்திச் சுட முயற்சித்தான். காலியான துப்பாக்கியின் கிளிக் ஒலியில் கையறு நிலையை அடைந்தான். இப்போது பிணத்துடன் தன்னந்தனியாக பீதியுறுகிறான்.

*சா*முவேல் டெய்லர் கோல்ரிட்ஜ் சுவர்க்கத் திற்குப் பயணிப்பதாகக் கனவு கண்டார். அங்கே ஒரு தேவதூதன் அவருக்கு ஒரு மலரை அளித்தான். சுவர்க்கத்திற்கு அவர் சென்றதற்கான சாட்சியாக அது விளங்கியது.

கோல்ரிட்ஜ் உறக்கத்திலிருந்து கண்விழித்தபோது தன் கையில் ஒருமலர் இருப்பதைக் கண்டார். அது தனக்குப் பித்துப் பிடிப்பதற்காக வழங்கப் பட்ட நரகத்தின் மலர் என்று கோல்ரிட்ஜ் கற்பனை செய்துகொண்டார்.

இயற்கையின் நிலைகள்

நீரின் மேல் நகர்ந்த தன் நிழலைக் கடற்பறவை அறியவில்லை. ஆனால் நீர் உணர்ந்தது, தன்னை யாரோ தொடுவதுபோல.

சவுக்கு மரங்களினூடே சுழன்ற காற்றின் இசையைக் கேட்டான். அது கடலின் பாடலைப் போல ஒலித்தது.

ஆமாம், நான் அப்பாடலைக் கேட்கிறேன். ஆனால் நான் வேறொரு பாடலைக் கேட்க விரும்புகிறேன். மரங்கள் நமக்குள் முணு முணுக்கும் பாடல், நாம் எப்போதுமே கேட்க இயலாத பாடல்.

குறுங்கத்தி

இன்று பரணில் கிடந்த ஒரு பெட்டியினுள் எதையோ தேடுகையில் மீண்டும் அக் குறுங்கத்தி அகப்பட்டது. அது மிகப் பழமையானது. என் குழந்தைப் பருவத்திலிருந்தே பல முறை அதைக் கண்டிருக்கிறேன். அவர்களுடைய கூற்றின்படி என் தாத்தா தற்கொலை செய்து கொண்ட பின் ஜப்பானில் விட்டுச் சென்ற பொருட்களில் அக் குறுங்கத்தியும் காணப்பட்டது. அது இனி எதற்கும் பயன்படாது. எதற்குத்தான் அது இனி பயன்படும் என்று வியந்திருக்கிறேன். சடங்குகளில் பயன்படுத்தப்படும் ஓர் அருங் கலைப் பொருளாகத் தான் அதை பாவிக்க முடியும். பேப்பரைக் கிழிப்பதற்குக்கூட அது பயன்படாது. ஏனெனில் அதன் நுனி பெரிதாகவும் வளைந்தும் இருந்தது. எதற்காக

அதை இன்னும் வைத்திருக்க வேண்டும்? உண்மை என்னவெனில் நான் அதைப் பத்திர மாகத் தக்க வைத்துக் கொள்ளவில்லை. குறுங்கத்தியே தன்னைத் தக்கவைத்துக் கொள்கிறது. அது அவ்வாறே தன்னைப் பாதுகாத்துக் கொள்கிறது. அதை மீண்டும் கண்டெடுத்தபோது அதைத் தூக்கி எறிய நினைத்தேன். ஆனால் அது எப்படிப்பட்ட வலிமையுடையது! தெருவில் அதை அப்படியே தூக்கி எறிய இயலவில்லை. ஒரு பசையைப் போல என்னிடம் தங்கிவிடும். எனக்கு அவ்வாறு புலப்படுகிறது.

நான் எங்கு சென்றாலும் என் உடமைகளுடன் குறுங்கத்தியும் பயணிக்கிறது. அதைப் பார்க்கையில் அதற்கு வேறு போக்கிடம் இல்லை. ஆதலால் அது என்னுடனே தங்கி விட்டது. எங்களுக்குள் பரிமாறிக்கொள்ள எதுவுமில்லை. நாங்களிருவரும் சேர்ந்து இருக்கும் நேரம் மட்டுமே எங்களுக்குரியது. குறுங்கத்தியைக் குப்பைத் தொட்டியில் தூக்கி எறியவேண்டுமென்ற என் ஆசை நிறைவேறாது.

வேறு என்ன அதற்கு வேண்டும்? நான் பீதியடைகிறேன். அதைத் தொடும்போது என் கையைப்பற்றி இழுத்துக்கொண்ட குறுங்கத்தி என் வயிற்றின் மையத்தை நோக்கி நகர்கிறது.

✹

புகைப்படம்

பல்வேறு காலகட்டங்களைச் சேர்ந்த தம் மூதாதையர் மற்றும் குடும்பத்தினர் ஆகியோரின் ஓவியங்கள் மற்றும் படங்களை ஒன்றிணைந்து ஏர்னெஸ்டோ ஒரு குடும்பப் புகைப்படக் கலவையை உருவாக்கினான். அது ஒரு விசித்திரமான புகைப்பட வம்சாவழிக் கலவை. அந்தக் குடும்பப் புகைப்படத்தை ஒரு சட்டத்தில் இட்டு வரவேற்பறையின் மேசை மேல் வைத்தான். இளவயதுப் பாட்டனாரின் உருவம் அவருடைய தொண்ணூறு வயதுப் பேத்தியின் கடுகடுப்பான உருவத்துக்கருகில் காணப்பட்டது.

வெவ்வேறு காலங்களின் வெவ்வேறு உருவங்களின் புகைப்படங்களின் வரவால் வரவேற்பறையில் அதிர்வுகள் உண்டாயின. காற்றில் நடமாடும் நிழல்களின் தோற்றங்கள்,

கடிகாரத்தின் இரு முட்களும் சூதாட்டச் சக்கரத்தைப்போல் பிரக்ஞையற்றுச் சுழன்று ஒடிந்து திசைக்கு ஒன்றாகப் பறந்தன.

மனிதப் பூச்சி

லியோனிடஸ் தன் வீட்டின் மேற்கூரையில் அடிக்கடி ஒரு பூச்சியைக் கண்டான்.

பதினேழாம் தேதியில் அமைந்த ஒரு புதன் கிழமையின் மாலைப்பொழுதில் ஐந்துமணிக்கு அந்தப் பூச்சியை மறுபடியும் கண்டான். அப்போதுதான் அதை யாரென உணர்ந்து கொண்டான்.

லியோனிடஸ் அனைத்தையும் மறந்த நிலையில் யாரிடமும் பேசாமல் சுவரின் மேல் ஏறத் துவங்கினான். முழு வீட்டின் பரப்பளவை அவ்வாறே தாண்டி மேற்கூரையை அடைந்தான். உண்பதற்காக இரு கைகளாலும் கால்களாலும் பயணித்துக் கீழிறங்கி வந்தான்.

கடவுச் சொல்

பேஃபியனின் பின்னே தோன்றிய அவனுடைய பாதுகாவல் தேவதை அவன் செவிகளில் இவ்வாறு முணுமுணுத்தது:

“எச்சரிக்கையாக இரு, பேஃபியன். ‘சாங் கொலாடினோ’ என்ற சொல்லை நீ எப்போது உச்சரிக்கிறாயோ அத்தருணத்திலேயே மரித்து விடுவாய் என்று விதிக்கப்பட்டிருக்கிறது.”

“சாங்கொலொடினோ... வா” என்று பீதியுடன் தேவதையிடம் கேட்டான் பேஃபியன்.

அத்தருணத்திலேயே அவன் மரித்துவிட்டான்.

சிலந்தி

என் கையில் ஏதோ ஊர்வது போலிருந்தது. அது ஒரு சிலந்தி. தலையை நீட்டியவாறு அதனிடம் கேட்டேன்: "நீ இங்கு என்ன செய்து கொண்டிருக்கிறாய்?" ஆனால் சிலந்தியோ என் முன்னே குதித்து இவ்வாறு கேட்டது: "நீ இங்கு என்ன செய்து கொண்டிருக்கிறாய்?"

நான் மீண்டும் தலையை நீட்டியவாறு சிலந்தி யிடம் கூறினேன்: "உன்னை நான் தொந்தரவு செய்ய விரும்பவில்லை. ஆனால் இது என்னுடைய உலகம். ஆகையால் நீ இங்கிருந்து சென்று விடு." மீண்டும் என் முன் குதித்த சிலந்தி இவ்வாறு பதிலளித்தது "உன்னை நான் தொந்தரவு செய்ய விரும்பவில்லை. ஆனால் இது என்னுடைய உலகம். ஆகையால் நீ இங்கிருந்து சென்றுவிடு."

இதற்குமேல் சிலந்தியுடன் உரையாடிப் பயனில்லை என்று உணர்ந்தேன். என் கையை அங்கே அப்படியே விட்டுவிட்டு அவ்விடத்தை விட்டு நகர்ந்தேன்.

✺

அற்புதம்

தேவதூதன் அவனிடம் இவ்வாறு கூறினான்: “கவனமாகக் கேள், கிறிஸ்தோபலோன். நீ என்னிடம் கேட்ட வரத்தை உனக்கு அளித்து விட்டேன். இப்போதிலிருந்து நீ நினைக்கின்ற அற்புத காரியங்களை நிகழத்தலாம். ஆனால், நீ புரிகின்ற ஒவ்வொரு அற்புதமும் உன் ஆயுளைக் குறைக்கும். எத்தனை என்று எனக்குத் தெரியாது.”

மிகவும் நிறைவுற்றவனான கிறிஸ்தோபலோன் தன் வரத்தை மிகச் சிக்கனமாகக் கையாண்டான். இறுதியில் எந்த ஒரு அற்புதத்தையும் நிகழ் தாமல் தனது தொண்ணூறாவது வயதில் மரித்துப்போனான்.

அது மிகக் கொடிய போர். அதிநவீன ஆயுதங்கள் பயன்படுத்தப்பட்டன. அனைத்தும் அழிக்கப்பட்டன. ஒரே ஒரு கவிதை மட்டும் அழிவற்றதாக எஞ்சி இருந்தது. ஆனால் அங்கே அதை வாசிக்க எவரும் விட்டு வைக்கப்பட வில்லை.

உண்மையில் அது மிக அச்சுறுத்துவதாக இருந்தது. மனிதர்கள் பூமியின் மேற்பரப்பை மிகக் கடினமான வஸ்துக்களால் மூடிக் கொண்டிருந்தனர். கருங்காரையும் கற்களும் பாவப்பட்ட நடைபாதைகள், விண்ணைத் தொடும் கட்டடங்கள், ஒன்றையொன்று இடித்துக்கொண்டு நிற்கும் நகரம், நகரங்கள், கிராமங்களுக்குள் ஊடுருவி அனைத்தையும் அழித்தொழிக்கும் எந்திரங்கள், அழிக்கப்பட்ட காடுகள், குழாய்களுக்குள் அடைபடும் ஆறுகள், சுரங்கப் பாதைகள், இரும்பும் சிமெண்டும் இணைந்த குழாய்கள், குப்பைக் கூளங்களுடன் தகரக் கிடங்குகளும் மட்பாண்டங்களும் ஆழ்மணலில் புதைந்து இருந்தன. எந்திரத் துப்பாக்கிகளும் பீரங்கிகளும் பூமியின் ஆழத்தில் துளையிட்டன.

"நாம் இன்னும் சிறிது காலம் பொறுமை காப்போம்" என ஒரு நாணல் மற்றொரு புல்லுடன் இவ்வாறு உரையாடியது. "மனிதன் நீண்ட காலம் பூமியில் தங்க மாட்டான்.

பிறகு நாம் நம்முடைய கேப்டன்களான காடுகளுடன் மீண்டும் இங்கே திரும்பி பூமியை வியாபிப்போம்."

※

என் அறைக்குள் நுழைந்தேன். என்னுடைய அனைத்து மேஜை நாற்காலிகளும் மறைந்து விட்டிருந்தன. அவற்றுக்குப் பதிலாக மிகப் புராதனமான மரச்சாமான்கள் அறையை வியாபித்து இருந்தன. ஆனால் அது என் அறை தான், மியூசியம் அல்ல என்று உணர்ந்தேன். ஏனெனில் எனக்கு மிகவும் பழக்கமான கறை அறையின் சுவரில் இன்னும் காணப்பட்டது.

கவசங்கள் அணிந்த மூன்று போர் வீரர்கள் எழுந்து நின்று என்னை ஆச்சரியம் பூத்த முகத்துடன் பார்த்துக் கொண்டே தமக்குள் ஏதோ ஒரு விசித்திர மொழியில் உரையாடினர். என்னுடைய மொழியியல் பயிற்சியின் உபகாரத்தால் அவர்கள் ஸ்பானிய மொழியின் பதினாறாம் நூற்றாண்டுக்குரிய ஒரு பேச்சு வழக்கில் உரையாடினர் என்று அறிந்துகொண்டேன்.

"மன்னித்து விடுங்கள். நான் தவறுதலாக நுழைந்துவிட்டேன்" என்று அவர்களிடம் மன்னிப்பு கோரிய பின் அறையை விட்டு உடனே வெளியேறினேன்.

※

டாண்டாலஸ் நெடுங்காலம் கொடிய சித்திர வதைகளை அனுபவித்தான். தாகத்தால் தவித்தான். எப்பொழுது நீர் அருந்த குனிந்தாலும் பூமி குளத்தில் இருக்கும் நீரை உறிஞ்சிக்கொண்டது. பசியால் தவித்தான். ஆனால் எதையும் உண்ண இயலவில்லை. பழங்களைப் பறிக்க மரத்தை நோக்கி கையை நீட்டினால், பலத்த காற்று வீசி பழங்களைத் தட்டிச் சென்றது. இறுதியாக தன் அனைத்து முயற்சிகளும் பயனற்றவை என்று அவன் அறிந்துகொண்டான். இப்போதெல்லாம் அவன் தலையைக் குனிந்து எதையும் தேடுவதில்லை கைகளை நீட்டி எதையும் பறிக்க முயல்வது மில்லை. ஆனால் டாண்டாலசின் முயற்சி இன்றி ஆற்று வெள்ளம் பெருகி நகரத்தையே மூழ்கடித்தது. மரங்கள் இலைகளை உதிர்த்து தரிசாகி விளைச்சலை நிறுத்திக்கொண்டன.

மக்கள் ஏக்கத்துடனும் ஆதங்கத்துடனும் இவ்வாறு பேசத் தொடங்கினர். “டாண் டாலாஸ் தாகத்திற்கும் பட்டினிக்கும் தன்னை ஒப்புக் கொடுத்திருக்கக் கூடாது. ஏன் அவன்

முயற்சி இன்றி ஏதும் செய்யாமல் இருக்கிறான்? அவன் தன் தலையைக் குனிந்து நீரை அருந்த முயற்சிக்க வேண்டும், கைகளை நீட்டி பழங்களைப் பறிக்க வேண்டும்."

✸

நதானியேல் ஓர் எழுத்தாளனாக தோல்வி யுற்றதால் தற்கொலை செய்துகொள்ள முடிவு செய்தான். துப்பாக்கியில் தோட்டாக்களை நிரப்பிவிட்டு அதை மேஜை மேல் வைத்த பின், விடை பெறுதலுக்கான கடிதத்தை எழுதத் தொடங்கினான். அது மிக நீண்ட கடிதமாக வளர்ந்துகொண்டே போய் அவன் வாழ்வின் இருண்ட பக்கங்களின் மீது வெளிச்சம் பாய்ச்சி ஒரு வாழும் ஆவணமாக உருப்பெற்றது. அவன் நெடுங்காலமாக ஏங்கிக்கொண்டே இருந்த ஆகச் சிறந்த இலக்கியப் படைப்பாக உருமாறியது. அதை வெளியிடுவதற்காக நதானியேல் தற்கொலை எண்ணத்தை கைவிட்டான்.

✺

மகிழ்ச்சியாய் இரு! உன் பிரார்த்தனை பலித்து விட்டது, வரம் கிடைத்துவிட்டது! உலகின் மிகச்சிறந்த கதைகளை நீ எழுதுவாய், ஆனால் எவரும் அவற்றை வாசிக்க மாட்டார்கள்.